# TRANZLATY

**El idioma es para todos**

Ngôn ngữ dành cho tất cả mọi người

# Las Aventuras de Alicia en el País de las Maravillas

# Cuộc phiêu lưu của Alice ở xứ sở thần tiên

## Lewis Carroll

## Español / Tiếng Việt

# Por la madriguera del conejo
## Xuống hố thỏ

**Alicia empezaba a cansarse mucho**
Alice bắt đầu rất mệt mỏi
**Estaba sentada junto a su hermana en el banco de hierba**
cô ấy đang ngồi cạnh em gái mình trên bãi cỏ
**Pero ella no tenía nada que hacer**
nhưng cô không có gì để làm
**Su hermana estaba leyendo un libro**
em gái cô ấy đang đọc một cuốn sách
**una o dos veces Alicia echó un vistazo al libro**
một hoặc hai lần Alice nhìn trộm vào cuốn sách
**Pero el libro no contenía imágenes ni conversaciones**
nhưng cuốn sách không có hình ảnh hay cuộc trò chuyện nào
trong đó
**«¿De qué sirve un libro sin imágenes?», pensó Alicia**
"Một cuốn sách không có hình ảnh thì có ích gì?", Alice nghĩ
**"¿Por qué un libro no tendría conversaciones?"**

"Tại sao một cuốn sách lại không có cuộc trò chuyện?"
**Pero tenía otras cosas que considerar**
nhưng cô ấy có những điều khác để xem xét
**"Hacer una cadena de margaritas sería un placer"**
"Làm một chuỗi hoa cúc sẽ là một niềm vui"
**"¿Pero vale la pena el esfuerzo de levantarse y recoger las margaritas?"**
"Nhưng có đáng để nỗ lực đứng dậy và hái hoa cúc không??"
**No era tan fácil pensar en esto**
Điều này không dễ dàng để nghĩ về
**porque el día la estaba haciendo sentir somnolienta y estúpida**
Bởi vì một ngày đang khiến cô cảm thấy buồn ngủ và ngu ngốc
**Pero de repente sus pensamientos se vieron interrumpidos**
nhưng đột nhiên suy nghĩ của cô bị gián đoạn
**un conejo blanco de ojos rosados corrió cerca de ella**
một con Thỏ trắng với đôi mắt hồng chạy gần cô ấy

**No había nada demasiado notable en el conejo**
Không có gì quá đáng chú ý về con thỏ
**y Alicia tampoco pensó que el conejo fuera notable**
và Alice cũng không nghĩ con thỏ đáng chú ý
**ni le extrañó que el Conejo hablara**
cũng không làm cô ngạc nhiên khi Thỏ nói
**"¡Oh, Dios mío! ¡Llegaré demasiado tarde!", se dijo a sí mismo**
"Ôi trời ơi! Tôi sẽ quá muộn!" anh tự nhủ
**pero entonces el Conejo hizo algo que los conejos no hacían**
nhưng sau đó Thỏ đã làm điều mà thỏ không làm
**el Conejo sacó un reloj del bolsillo de su chaleco**
Con Thỏ lấy một chiếc đồng hồ ra khỏi túi áo ghi lê
**Miró la hora y luego se apresuró a seguir adelante**
Anh ta nhìn vào thời gian và sau đó vội vã tiếp tục
**Alicia se puso en pie, asombrada**
Alice đứng dậy, kinh ngạc
**¡Nunca antes había visto un conejo con chaleco!**
Cô chưa bao giờ nhìn thấy một con thỏ mặc áo ghi lê trước đây!
**¡Tampoco había visto nunca un conejo con reloj!**
cô cũng chưa bao giờ nhìn thấy một con thỏ với một chiếc đồng hồ!
**Alicia ardía con una nueva curiosidad**
Alice đang bùng cháy với một sự tò mò mới
**y corrió por el campo tras el Conejo**
và cô ấy chạy qua cánh đồng theo con Thỏ
**Llegó justo a tiempo para ver desaparecer al conejo**
Cô ấy đã kịp nhìn thấy con thỏ biến mất
**El conejo saltó a una gran madriguera**
Con thỏ nhảy xuống một cái hố thỏ lớn
**¡En otro momento, Alicia bajó detrás del conejo!**
Trong một khoảnh khắc khác, Alice đi theo con thỏ!
**La madriguera del conejo seguía recto como un túnel**
Hang thỏ đi thẳng như một đường hầm
**Y el túnel siguió avanzando a cierta distancia**
và đường hầm tiếp tục đi được một khoảng cách

**Y entonces el camino de repente se hundió**

và sau đó con đường đột nhiên chìm xuống

**Alicia no tuvo ni un momento para pensar en detenerse**

Alice không có một giây phút nào để nghĩ đến việc ngăn mình lại

**Se encontró a sí misma cayendo y abajo y abajo**

cô thấy mình ngã xuống và ngã xuống

**Parecía como si hubiera caído en un pozo muy profundo**

Có vẻ như cô đã rơi xuống một cái giếng rất sâu

**O el pozo era muy profundo, o ella caía muy lentamente**

Hoặc là giếng rất sâu, hoặc cô ấy rơi rất chậm

**porque tenía tiempo de sobra para caer**

bởi vì cô ấy có nhiều thời gian để ngã

**Mientras caía, podía mirar a su alrededor**

khi cô ấy đang ngã, cô ấy có thể nhìn xung quanh mình

**Primero, trató de averiguar a dónde iba**

Đầu tiên, cô cố gắng tìm ra nơi mình sẽ đi

**Pero el pozo estaba demasiado oscuro para ver nada**

nhưng giếng quá tối để nhìn thấy bất cứ điều gì

**Luego miró a los lados del pozo**

Rồi cô nhìn vào hai bên giếng

**Y se dio cuenta de que había armarios a su alrededor**

và cô ấy nhận thấy rằng có những chiếc tủ xung quanh cô ấy

**y alrededor del pozo había estanterías de libros**

và xung quanh giếng là những kệ sách

**Aquí y allá veía mapas y cuadros colgados de perchas**

Ở đây và ở đó cô thấy bản đồ và hình ảnh treo trên các chốt

**Al pasar, bajó un frasco de una de las estanterías**

Cô lấy một cái lọ xuống từ một trong những kệ khi đi ngang qua

**El frasco estaba etiquetado por su contenido**

lọ được dán nhãn vì nội dung của nó

**"MERMELADA DE NARANJAS"**

"MỨT CAM LÀM TỪ CAM"

**Pero, para su gran decepción, el frasco de mermelada estaba vacío**

nhưng, trước sự thất vọng lớn của cô, lọ mứt cam đã trống

rỗng

**No quería dejar caer el tarro de mermelada vacío**

Cô ấy không muốn làm rơi cái lọ mứt cam rỗng

**y su caída fue muy lenta**

và sự ngã của cô ấy rất chậm

**Así que se las arregló para poner el frasco de mermelada en uno de los armarios**

Vì vậy, cô ấy đã cố gắng đặt lọ mứt cam vào một trong những chiếc tủ

**¡Abajo, abajo, abajo, ella cae!**

Xuống, xuống, xuống, cô ấy ngã!

**¿Llegaría alguna vez la caída a su fin?**

Liệu sự sụp đổ có bao giờ kết thúc?

**No había nada más que hacer**

Không có gì khác để làm

**así que Alicia pronto empezó a hablar consigo misma**

vì vậy Alice nhanh chóng bắt đầu nói chuyện với chính mình

**—¡Dinah me echará mucho de menos esta noche, creo!**

"Dinah sẽ nhớ tôi rất tối nay, tôi nên nghĩ!"

**Dinah era la gata de Alicia**

Dinah là con mèo của Alice

**"Espero que se acuerden de su plato de leche a la hora del té"**

"Tôi hy vọng họ sẽ nhớ đĩa sữa của cô ấy vào giờ trà"

**—¡Dinah, querida, desearía que estuvieras aquí abajo conmigo!**

"Dinah, em yêu, em ước em ở dưới đây với em!"

**Alicia sintió que se estaba quedando dormida**

Alice cảm thấy mình đang ngủ gật

**Y de repente, ¡pum! ¡golpe!**

và rồi đột nhiên, đập mạnh! Thump!

**Cayó sobre un montón de palos**

cô ngã xuống một đống gậy

**y aterrizó sobre un montón de hojas secas**

và cô ấy đáp xuống một đống lá khô

**Y finalmente la larga caída por el agujero había terminado**

và cuối cùng cú ngã dài xuống hố đã kết thúc

**Alicia no estaba herida en lo más mínimo**

Alice không bị thương chút nào
**Y se levantó de un salto en un momento**
và cô ấy nhảy lên trong giây lát
**Alzó la vista, pero todo estaba oscuro sobre su cabeza**
Cô ngước lên, nhưng tất cả đều tối tăm trên đầu
**Frente a ella había otro largo pasillo**
Trước mặt cô là một hành lang dài khác
**y el Conejo Blanco seguía a la vista**
và Thỏ Trắng vẫn còn trong tầm mắt
**Corría por el pasillo**
anh ta đang vội vã đi xuống hành lang
**No había un momento que perder**
Không có một khoảnh khắc nào để mất
**Alicia salió corriendo como el viento**
Alice chạy như gió
**A la vuelta de la esquina giró el conejo**
Quanh góc đường quay con thỏ
**Llegó justo a tiempo para oír al conejo**
Cô ấy đã kịp nghe thấy tiếng thỏ
**"Oh, mis orejas y bigotes"**
""Ồ, tai và râu của tôi"
**"¡Qué tarde se está haciendo!"**
"Đến muộn quá!"
**Estaba muy cerca del conejo**
Cô ấy ở sát phía sau con thỏ
**Dobló otra esquina**
Cô ấy quay lại một góc khác
**pero el Conejo ya no se dejaba ver**
nhưng Thỏ không còn được nhìn thấy nữa
**Se encontró en un pasillo largo y bajo**
Cô thấy mình đang ở trong một hành lang dài và thấp
**La sala estaba iluminada por una hilera de lámparas de techo**
Hội trường được thắp sáng bởi một dãy đèn trần
**Había puertas por todo el pasillo**
Có những cánh cửa xung quanh hội trường
**pero todas las puertas estaban cerradas con llave**
nhưng tất cả các cửa đều bị khóa

**Caminó por un lado del pasillo**
Cô đi xuống một bên của hành lang
**Y ella había caminado todo el camino hasta el otro lado de la sala**
và cô đã đi hết phía bên kia của hành lang
**Había intentado todas las puertas**
cô ấy đã thử mọi cánh cửa
**Y caminó tristemente por el centro del pasillo**
và cô buồn bã bước xuống giữa hành lang
**"¿Cómo voy a volver a salir?"**
"Làm sao tôi có thể thoát ra một lần nữa?"

**De repente se encontró con una mesita**
Đột nhiên cô bắt gặp một chiếc bàn nhỏ
**La mesa estaba hecha completamente de vidrio macizo**
Bàn được làm hoàn toàn bằng kính đặc
**No había nada sobre la mesa, excepto una pequeña llave dorada**
Không có gì trên bàn ngoài một chiếc chìa khóa vàng nhỏ

**¡La llave podría pertenecer a una de las puertas!**
chìa khóa có thể thuộc về một trong những cánh cửa!
**Pero, ¡ay! Algunas de las cerraduras eran demasiado grandes para las llaves**
nhưng, than ôi! một số ổ khóa quá lớn so với chìa khóa
**y para las otras cerraduras la llave era demasiado pequeña**
và đối với các ổ khóa khác, chìa khóa quá nhỏ
**Pero, en cualquier caso, la llave no abrió ninguna de las puertas**
nhưng, dù sao đi nữa, chiếc chìa khóa không mở ra cánh cửa nào
**Pero, ¿qué iba a hacer ella?**
nhưng cô ấy phải làm gì?
**Volvió a atravesar el pasillo**
Cô đi qua hành lang một lần nữa
**Y esta vez se fijó en una cortina baja**
và lần này cô nhận thấy một tấm rèm thấp
**Detrás de la cortina había una puertecita**
Đằng sau bức màn là một cánh cửa nhỏ
**La puerta tenía unos quince centímetros de alto**
cánh cửa cao khoảng mười lăm inch
**Probó la pequeña llave dorada en la cerradura**
Cô thử chiếc chìa khóa vàng nhỏ trong ổ khóa
**Y para su gran deleite, ¡la llave encajó en la cerradura!**
và trước sự vui mừng lớn của cô ấy, chiếc chìa khóa vừa vặn với ổ khóa!
**Alicia abrió la puerta**
Alice mở cửa
**Y encontró que la puerta daba a un pequeño pasillo**
và cô thấy cánh cửa dẫn vào một hành lang nhỏ
**El corredor no era mucho más grande que una madriguera de ratas**
Hành lang không lớn hơn một cái hố chuột
**Se arrodilló y miró a lo largo del pasillo**
Cô quỳ xuống và nhìn dọc theo hành lang
**Y ella vio el jardín más hermoso que jamás hayas visto**
và cô ấy đã nhìn thấy khu vườn xinh đẹp nhất mà bạn từng

thấy

**¡Cómo anhelaba salir de ese oscuro salón**

Cô khao khát được ra khỏi hội trường tối tăm đó như thế nào

**cómo quería vagar entre esas flores brillantes**

cô ấy muốn lang thang giữa những bông hoa rực rỡ đó như thế nào

**¡Qué genial se veían esas fuentes**

Làm mới những đài phun nước đó trông mát mẻ như thế nào

**Pero ni siquiera podía meter la cabeza por la puerta**

nhưng cô thậm chí không thể đưa đầu mình qua ngưỡng cửa

**-¡Oh! -exclamó Alicia con tristeza-**

"Ồ," Alice nói, buồn bã

**"¡Cómo desearía poder plegarme como un telescopio!"**

"Tôi ước mình có thể gấp lại như một chiếc kính viễn vọng!"

**"Creo que podría plegarme como un telescopio"**

"Tôi nghĩ tôi có thể gấp lại như một chiếc kính viễn vọng"

**"Si supiera cómo empezar"**

"giá như tôi chỉ biết cách bắt đầu"

**Alicia volvió a la mesa**

Alice quay trở lại bàn

**Existía la posibilidad de encontrar otra llave**

có cơ hội tìm thấy một chìa khóa khác

**O podría haber un libro de reglas**

Hoặc có thể có một cuốn sách quy tắc

**El libro podría decirle cómo plegarse como un telescopio**

cuốn sách có thể cho cô biết cách gấp lại như kính viễn vọng

**Esta vez encontró una botellita**

Lần này cô tìm thấy một cái chai nhỏ

**—Esta botella no estaba aquí antes —dijo Alicia—**

"Chai này chắc chắn không có ở đây trước đây," Alice nói

**y atada alrededor del cuello de la botella había una etiqueta de papel**

và buộc quanh cổ chai là một nhãn giấy

**La etiqueta estaba bellamente impresa en letras grandes**

Nhãn được in đẹp bằng chữ lớn

**"BÉBEME"**

"UỐNG TÔI"

—No, miraré primero —dijo ella—

"Không, tôi sẽ xem trước," cô nói

**"Veré si la botella está marcada como venenosa o no"**

"Tôi sẽ xem cái chai có bị đánh dấu là độc hay không,"

**porque nunca olvidó la lección sobre el veneno**

Bởi vì cô ấy không bao giờ quên bài học về chất độc

**"Si una botella está etiquetada como venenosa, es probable que no esté de acuerdo contigo"**

"Nếu một chai được dán nhãn độc, nó chắc chắn sẽ không đồng ý với bạn"

**Sin embargo, esta botella no estaba marcada como venenosa**

Tuy nhiên, chai này không được đánh dấu là độc

**así que Alicia se aventuró a probar el contenido de la botella**

vì vậy Alice mạo hiểm nếm thử nội dung của chai

**Encontró el líquido bastante de su agrado**

cô thấy chất lỏng khá phù hợp với ý thích của mình

**La bebida tenía una especie de sabor mezclado**

thức uống có một loại hương vị hỗn hợp

**tarta de cerezas, natillas y piña**

bánh tart anh đào, sữa trứng và dứa

**Pavo asado, caramelo y tostadas con mantequilla caliente**

gà tây nướng, kẹo bơ cứng và bánh mì nướng với bơ nóng

**Y pronto acabó la botella**

và cô ấy nhanh chóng uống hết chai

-¡Qué sensación tan curiosa! -exclamó Alicia-

"Thật là một cảm giác kỳ lạ!" Alice nói

**"¡Me estoy pliegando como un telescopio!"**

"Tôi đang gấp lại như một chiếc kính viễn vọng!"

**¡Y se estaba pliegando como un telescopio!**

Và cô ấy đang gấp lại như một chiếc kính viễn vọng!

**Ahora solo media diez pulgadas de alto**

Bây giờ cô chỉ cao mười inch

**y su rostro se iluminó con sus pensamientos**

và khuôn mặt cô ấy sáng lên vì những suy nghĩ của cô ấy

**Ahora ella tenía el tamaño adecuado para la pequeña puerta**

bây giờ cô ấy đã có kích thước phù hợp với cánh cửa nhỏ

**Ahora podía entrar en ese hermoso jardín**

bây giờ cô có thể đi vào khu vườn xinh xắn đó
**Pronto dejó de hacerse más pequeña**
chẳng mấy chốc, cô ấy ngừng nhỏ hơn
**Decidió ir al jardín de inmediato**
Cô quyết định đi vào vườn ngay lập tức
**pero, ¡ay de la pobre Alicia!**
nhưng, than ôi cho Alice tội nghiệp!
**Llegó a la puerta**
Cô ấy đến cửa
**Pero había olvidado la pequeña llave de oro**
nhưng cô đã quên chiếc chìa khóa vàng nhỏ
**Volvió a la mesa en busca de la llave**
Cô quay trở lại bàn lấy chìa khóa
**Pero se dio cuenta de que no podía llegar lo suficientemente
alto**
nhưng cô thấy mình không thể vươn tới đủ cao
**Podía ver la llave claramente a través del cristal**
cô có thể nhìn thấy chìa khóa khá rõ ràng qua kính
**Trató de trepar por las patas de la mesa**
Cô cố gắng trèo lên chân bàn
**Pero el cristal era demasiado resbaladizo**
nhưng chiếc kính quá trơn
**Con el tiempo se cansó de intentarlo**
cuối cùng cô ấy đã mệt mỏi với việc cố gắng
**Y la pobre niña se sentó y lloró**
và cô bé tội nghiệp ngồi xuống và khóc
**Alicia se habló a sí misma con bastante brusquedad**
Alice tự nhủ khá sắc bén
**"¡Vamos, no sirve de nada llorar así!"**
"Nào, khóc như vậy cũng chẳng ích gì!"
**"¡Te aconsejo que te detengas ahora mismo!"**
"Tôi khuyên bạn nên dừng lại ngay phút này!"
**En general, se daba muy buenos consejos**
Cô ấy thường cho mình lời khuyên rất tốt
**aunque muy rara vez seguía sus propios consejos**
mặc dù cô ấy rất hiếm khi làm theo lời khuyên của riêng mình
**Y a veces era demasiado dura consigo misma**

và đôi khi cô ấy quá khắc nghiệt với bản thân

**y sus palabras hicieron que se le llenaran los ojos de lágrimas**

và lời nói của cô ấy khiến cô ấy rơi nước mắt

**Pronto sus ojos se posaron en una cajita de cristal**

Chẳng mấy chốc, mắt cô rơi vào một chiếc hộp thủy tinh nhỏ

**La cajita de cristal estaba debajo de la mesa**

chiếc hộp thủy tinh nhỏ nằm dưới gầm bàn

**En la caja de cristal había un pastel muy pequeño**

Trong hộp thủy tinh là một chiếc bánh rất nhỏ

**En el pastel, algunas palabras estaban bellamente escritas**

Trên chiếc bánh, một số từ được viết đẹp

**Las palabras habían sido marcadas con grosellas**

Những từ đã được đánh dấu bằng nho

**"CÓMEME"**

"ĂN TÔI"

**—Bueno, me comeré el pastel —dijo Alicia—**

"Ừm, tôi sẽ ăn bánh," Alice nói

**"y si el pastel me hace crecer, puedo llegar a la llave"**

"Và nếu chiếc bánh làm cho tôi lớn hơn, tôi có thể chạm đến chìa khóa"

**"y si el pastel me hace más pequeño, puedo arrastrarme por debajo de la puerta"**

"Và nếu chiếc bánh làm tôi nhỏ hơn, tôi có thể len lỏi dưới cánh cửa"

**"así que de cualquier manera me meteré en el jardín"**

"Vậy dù thế nào đi nữa tôi cũng sẽ vào vườn"

**"¡Y no me importa cuál de los dos suceda!"**

"Và tôi không quan tâm cái nào trong hai điều này xảy ra!"

**Se comió un pedacito del pastel**

Cô ấy ăn một chút bánh

**Y se habló a sí misma con ansiedad:**

và cô lo lắng tự nhủ:

**—¿De qué manera? ¿Hacia dónde?**

"Đường nào? Đi theo hướng nào?"

**Y se llevó la mano a la cabeza**

và cô ấy đưa tay lên đầu

**Quería sentir de qué manera estaba creciendo**
cô ấy muốn cảm nhận mình đang phát triển theo hướng nào
**Se sorprendió bastante al descubrir lo que había sucedido**
Cô khá ngạc nhiên khi phát hiện ra những gì đã xảy ra
**¡Había permanecido del mismo tamaño!**
cô ấy vẫn giữ nguyên kích thước!
**Así que esta vez redobló sus esfuerzos**
Vì vậy, lần này cô ấy đã nỗ lực gấp đôi
**Y pronto terminó todo el pastel**
và chẳng mấy chốc, cô ấy đã hoàn thành toàn bộ chiếc bánh

**El charco de lágrimas**

Vũng nước mắt

-¡Esto se está poniendo cada vez más interesante! -exclamó
Alicia-

"Điều này ngày càng thú vị hơn!" Alice kêu lên

**Se puede ver que estaba muy sorprendida**

Bạn có thể thấy cô ấy rất ngạc nhiên

**"¡Me estoy abriendo como el telescopio más grande que
jamás haya existido!"**

"Tôi đang mở ra như kính viễn vọng lớn nhất từng có!"

**—¡Adiós, pies! ¡Oh, mis pobres piecitos!**

"Tạm biệt, chân! Ôi, đôi chân nhỏ bé tội nghiệp của tôi"

**"Me pregunto quién se pondrá sus zapatos por ustedes
ahora, queridos".**

"Tôi tự hỏi ai sẽ đi giày cho bạn bây giờ, các bạn thân mến?"

**—¿Y me pregunto quién se pondrá las medias?**

"và tôi tự hỏi ai sẽ mặc tất cho anh?"

**"Estaré demasiado lejos"**

"Tôi sẽ ở quá xa"

**"No podré preocuparme más por ti"**

"Tôi sẽ không thể tự làm phiền mình về bạn nữa"

**Justo en ese momento su cabeza golpeó contra algo**

Ngay lúc này, đầu cô đập vào thứ gì đó

**Había llegado al techo de la sala**

Cô đã lên đến nóc hội trường

**De hecho, ahora medía más de dos metros de altura**

Trên thực tế, bây giờ cô ấy đã cao hơn hai mét

**Y al instante tomó la pequeña llave de oro**

và cô ấy ngay lập tức cầm chiếc chìa khóa vàng nhỏ

**Y se apresuró a llegar a la puerta del jardín**

và cô vội vã đi đến cửa vườn

**¡Pobre Alicia! No había mucho que pudiera hacer**

Alice tội nghiệp! Cô không thể làm gì nhiều

**Se acostó de lado**

cô nằm ngửa một bên

**Y miró al jardín con un ojo**

và cô nhìn qua khu vườn bằng một mắt

**Pero salir adelante era más desesperado que nunca**
nhưng để vượt qua là vô vọng hơn bao giờ hết
**Se sentó y comenzó a llorar de nuevo**
Cô ngồi xuống và bắt đầu khóc trở lại
**Siguió derramando galones de lágrimas**
Cô ấy tiếp tục rơi hàng lít nước mắt
**Pronto había un gran estanque a su alrededor**
chẳng mấy chốc có một hồ nước lớn xung quanh cô
**Y el agua llegaba hasta la mitad del pasillo**
và nước đến nửa chừng hành lang
**Al cabo de un rato, oyó un pequeño golpeteo de pies**
Sau một lúc, cô nghe thấy tiếng vỗ chân nhỏ
**Oyó los pasos que venían de lejos**
cô nghe thấy tiếng chân phát ra từ xa
**Y se secó los ojos apresuradamente para ver lo que venía**
và cô vội vàng lau khô mắt để xem điều gì sắp xảy ra
**Era el Conejo Blanco que regresaba**
Đó là Thỏ Trắng trở lại
**Iba espléndidamente vestido**
anh ấy ăn mặc lộng lẫy
**Tenía un par de guantes blancos en una mano**
Anh ấy có một đôi găng tay trắng trong một tay
**y tenía un gran abanico de plumas en la otra mano**
và tay kia anh ta có một chiếc quạt lông vũ lớn
**Llegó trotando a toda prisa**
Anh ta chạy vội vã
**y murmuró para sí: "¡Oh! ¡La duquesa, la duquesa!**
và anh lẩm bẩm với chính mình, "Ồ! Nữ công tước, Nữ công tước!"
**—¡Oh! ¡No será salvaje si la he hecho esperar!**
"Ồ! cô ấy sẽ không man rợ nếu tôi để cô ấy chờ đợi!"

**Cuando el Conejo se acercó a ella, Alicia habló**
Khi Thỏ đến gần cô, Alice nói
**Pero ella hablaba en voz baja y tímida**
nhưng cô ấy nói bằng một giọng trầm, rụt rè
**"Señor, por favor, deje de hacer lo que está haciendo por un momento"**
"Thưa ngài, xin hãy dừng những gì ngài đang làm một chút"
**El Conejo se sobresaltó violentamente**
Con Thỏ giật mình dữ dội
**Dejó caer los guantes blancos y el abanico de plumas**
Anh ấy làm rơi găng tay trắng và quạt lông vũ
**Y se escabulló en la oscuridad lo más rápido que pudo**
và anh ta vội vã đi vào bóng tối nhanh nhất có thể
**Alicia recogió el abanico de plumas y los guantes**
Alice nhặt chiếc quạt lông vũ và găng tay
**Y no paraba de abanicarse mientras seguía hablando**
và cô ấy tiếp tục quạt mình trong khi cô ấy tiếp tục nói
**"¡Querido, querido! ¡Qué extraño es todo hoy!"**
"Thân mến, thân yêu! Mọi thứ hôm nay thật kỳ lạ!"
**"Ayer las cosas siguieron como siempre"**

"Hôm qua mọi thứ diễn ra như bình thường"
—¿**Era yo el mismo cuando me levanté esta mañana?**
"Tôi có phải là như vậy khi tôi thức dậy sáng nay không?"
**"Pero si no soy el mismo, hay otra cuestión"**
"Nhưng nếu tôi không giống nhau, có một câu hỏi khác"
**"¿Quién demonios soy yo?"**
"Tôi là ai trên thế giới này?"
**"¡Ah, ese es el gran rompecabezas!"**
"Ah, đó là câu đố tuyệt vời!"
**Al decir esto, se miró las manos**
Khi cô ấy nói điều này, cô ấy nhìn xuống bàn tay của mình
**Llevaba uno de los Conejos, gusanos blancos**
Cô ấy đang đeo một trong những chiếc thỏ găng tay trắng nhỏ
**No se había dado cuenta de que se había puesto el guante
mientras hablaba**
Cô ấy đã không nhận ra rằng cô ấy đeo găng tay trong khi nói
chuyện
**"¿Cómo pude haber hecho eso?", pensó**
"Làm sao tôi có thể làm điều đó?" cô nghĩ
**"Debo estar haciéndome pequeño otra vez"**
"Tôi phải trở nên nhỏ bé trở lại"
**Se levantó y se acercó a la mesa para medir su altura**
Cô đứng dậy và đi đến bàn để đo chiều cao của mình
**Descubrió que ahora medía aproximadamente medio metro
de altura**
Cô ấy phát hiện ra rằng bây giờ cô ấy cao khoảng nửa mét
**Y ella seguía encogiéndose rápidamente**
và cô ấy vẫn đang co lại nhanh chóng
**Pronto descubrió cuál era la causa del encogimiento**
Cô sớm phát hiện ra nguyên nhân của sự co lại là gì
**¡El abanico de plumas la estaba haciendo más pequeña de
nuevo!**
chiếc quạt lông vũ đã làm cho cô ấy nhỏ hơn trở lại!
**Y dejó caer el abanico de plumas apresuradamente**
và cô ấy vội vã làm rơi chiếc quạt lông vũ
**Dejó caer el abanico de plumas justo a tiempo para salvarse**
Cô ấy làm rơi chiếc quạt lông vũ đúng lúc để tự cứu mình

**Si se hubiera abanicado por más tiempo, se habría encogido por completo**
nếu cô ấy quạt mình lâu hơn nữa, cô ấy sẽ hoàn toàn co rúm lại
**-¡Ha sido una fuga por los pelos! -dijo Alicia-**
"Đó là một lối thoát trong gang tấc!" Alice nói
**Y se asustó mucho ante el cambio repentino**
và cô rất sợ hãi trước sự thay đổi đột ngột
**pero estaba muy contenta de encontrarse todavía en existencia**
nhưng cô rất vui khi thấy mình vẫn còn tồn tại
**—¡Y ahora, al jardín!**
"Và bây giờ, đi đến vườn!"
**Y corrió a toda prisa hacia la puertecita**
Và cô chạy với tất cả tốc độ trở lại cánh cửa nhỏ
**Pero, ¡ay! La puertecita se cerró de nuevo**
nhưng, than ôi! cánh cửa nhỏ lại đóng lại
**Y la pequeña llave de oro volvía a estar sobre la mesa de cristal**
và chiếc chìa khóa vàng nhỏ lại nằm trên bàn kính
**"Las cosas están peor que nunca", pensó el pobre niño**
"Mọi thứ tồi tệ hơn bao giờ hết," đứa trẻ tội nghiệp nghĩ
**"Nunca antes había sido tan pequeño como esto, ¡nunca!"**
"Tôi chưa bao giờ nhỏ bé như thế này trước đây, không bao giờ!"
**Al decir estas palabras, su pie resbaló**
Khi cô ấy nói những lời này, chân cô ấy trượt chân
**¡Y en otro momento hubo un gran chapoteo!**
và trong một khoảnh khắc khác, có một tia nước lớn!
**Estaba sumergida en agua salada hasta la barbilla**
cô ấy đã ngập cằm trong nước mặn
**Su primera idea fue que de alguna manera había caído al mar**
Ý tưởng đầu tiên của cô là bằng cách nào đó cô đã rơi xuống biển
**Sin embargo, pronto se dio cuenta de en qué estaba metida**
Tuy nhiên, cô ấy sớm nhận ra mình đang ở trong những gì

**Estaba en un charco de lágrimas**
cô ấy đang ở trong vũng nước mắt
**las lágrimas que había llorado cuando tenía dos metros de altura**
những giọt nước mắt cô đã khóc khi cô cao hai mét

**Justo en ese momento escuchó algo**
Ngay sau đó cô nghe thấy điều gì đó
**Algo chapoteaba en la piscina**
Có thứ gì đó đang bắn tung tóe trong hồ bơi
**El chapoteo venía de un poco más lejos**
tiếng bắn tung tóe đến từ một khoảng cách nhỏ
**Y se acercó nadando para ver qué era el chapoteo**
và cô bơi gần hơn để xem nước bắn tung tóe là gì
**Pronto vio que era solo un ratoncito**
cô nhanh chóng nhận ra rằng đó chỉ là một con chuột nhỏ
**El ratoncito también se había metido en el agua**
Con chuột nhỏ cũng đã trượt xuống nước
**Alicia pensó para sí misma sobre la situación**
Alice tự nghĩ về tình huống
**—¿Serviría de algo hablar con este ratón?**

"Nói chuyện với con chuột này có ích gì không?"
**"Aquí todo está tan al revés"**
"Mọi thứ ở đây đều lộn ngược"
**"Creo que es muy probable que este ratón pueda hablar"**
"Tôi nên nghĩ rất có thể con chuột này có thể nói chuyện"
**"En cualquier caso, no hay nada de malo en intentarlo"**
"Dù sao đi nữa, không có hại gì khi cố gắng"
**Así que empezó a tratar de hablar con el ratón**
Vì vậy, cô bắt đầu cố gắng nói chuyện với con chuột
**"Oh Ratón, ¿conoces la forma de salir de esta piscina?"**
"Ôi chuột, cậu có biết cách thoát khỏi hồ bơi này không?"
**—¡Estoy muy cansado de nadar por aquí, oh ratón!**
"Tôi rất mệt mỏi khi bơi ở đây, Oh Mouse!"
**El ratón la miró con curiosidad**
Con chuột nhìn cô khá tò mò
**El ratón parecía guiñar un ojo con uno de sus ojitos**
Con chuột dường như nháy mắt với một trong những đôi mắt nhỏ của nó
**Pero el ratoncito no dijo nada**
Nhưng con chuột nhỏ không nói gì
**"A lo mejor el ratón no entiende inglés", pensó Alicia**
"Có lẽ con chuột không hiểu tiếng Anh," Alice nghĩ
**"Me atrevo a decir que es un ratón francés"**
"Tôi dám nói đó là một con chuột Pháp"
**"tal vez este ratón vino con Guillermo el Conquistador"**
"có lẽ con chuột này đã đến với William the Conqueror"
**Así que empezó de nuevo, en francés**
Vì vậy, cô ấy bắt đầu lại, bằng tiếng Pháp
**"¿Dónde está mi gato?", preguntó en francés**
"Con mèo của tôi đâu?" cô hỏi bằng tiếng Pháp
**era la primera frase de su libro de clases de francés**
đó là câu đầu tiên trong sách bài học tiếng Pháp của cô ấy
**El Ratón dio un súbito salto fuera del agua**
Chuột đột ngột nhảy lên khỏi mặt nước
**y el ratón pareció temblar de miedo**
và con chuột dường như run rẩy vì sợ hãi
**-¡Oh, le ruego que me perdone! -exclamó Alicia**

apresuradamente-
"Ồ, tôi xin lỗi anh!" Alice vội vàng kêu lên
**Temía haber herido los sentimientos del pobre animal**
cô sợ rằng mình đã làm tổn thương cảm xúc của con vật tội
nghiệp
**"Olvidé que no te gustaban los gatos"**
"Tôi hoàn toàn quên rằng bạn không thích mèo"
**—¡No me gustan los gatos! —exclamó el ratón con voz
estridente y apasionada—**
"Tôi không thích mèo!" Chuột kêu lên bằng giọng chói tai,
nồng nàn
**—¿Te gustaría tener gatos, si fueras yo?**
"Anh có muốn mèo không, nếu anh là tôi?"
**Alicia consoló al ratón en un tono tranquilizador**
Alice an ủi con chuột bằng giọng nhẹ nhàng
**"Bueno, tal vez a mí tampoco me gustarían los gatos si fuera
tú"**
"Chà, có lẽ tôi sẽ không thích mèo nếu tôi cũng là bạn"
**"Por favor, no te enfades por la mención de los gatos"**
"Xin đừng tức giận vì nhắc đến mèo"
**"Y, sin embargo, desearía poder mostrarte a nuestra gata
Dinah"**
"Vậy mà tôi ước gì tôi có thể cho cô thấy con mèo Dinah của
chúng tôi"
**"Si la conocieras, creo que te encapricharías de los gatos"**
"Nếu bạn gặp cô ấy, tôi nghĩ bạn sẽ thích mèo"
**"Si tan solo pudieras verla"**
"Giá như bạn có thể nhìn thấy cô ấy"
**"Es una cosa tan querida y tranquila"**
"Cô ấy là một thứ đáng yêu, trầm lặng"
**El ratón temblaba por todas partes**
Con chuột run rẩy khắp người
**Alicia estaba segura de que el ratón debía de estar realmente
ofendido**
Alice cảm thấy chắc chắn rằng con chuột phải thực sự bị xúc
phạm
**"No hablaremos más de ella, si prefieres no hacerlo"**

"Chúng ta sẽ không nói về cô ấy nữa, nếu anh không muốn"
**-¡Nosotros, en efecto! -exclamó el Ratón-**
"Chúng tôi, thực sự!" Chuột kêu lên
**El ratón temblaba hasta la punta de la cola**
Con chuột đang run rẩy đến cuối đuôi của nó
**—¡Como si fuera a hablar de un tema así!**
"Như thế tôi sẽ nói về một chủ đề như vậy!"
**"Nuestra familia siempre odió a los gatos"**
"Gia đình chúng tôi luôn ghét mèo"
**"Gatos; ¡Cosas desagradables, bajas, vulgares!"**
"Mèo; những thứ khó chịu, thấp hèn, thô tục!"
**"¡No dejes que vuelva a escuchar el nombre!"**
"Đừng để tôi nghe tên nữa!"
**-¡No volveré a hablar de los gatos! -dijo Alicia-**
"Tôi sẽ không nhắc đến mèo nữa!" Alice nói
**Tenía mucha prisa por cambiar de tema**
cô ấy rất vội vàng thay đổi chủ đề
**"¿Eres tú... ¿Te gustan los perros?**
"Bạn là... Anh có thích chó không?"
**"Hay un perrito tan simpático cerca de nuestra casa"**
"Có một nhỏ xinh xắn gần nhà chúng tôi,"
**—¡Me gustaría enseñarte el perrito!**
"Tôi muốn cho bạn xem nhỏ!"
**"Este perrito mata a todas las ratas y...**
"nhỏ này giết tất cả những con chuột và...
**-¡Oh, querida! -exclamó Alicia en tono triste-**
"Ôi, em yêu!" Alice kêu lên với giọng buồn bã
**"¡Me temo que te he ofendido de nuevo!"**
"Tôi e rằng tôi đã xúc phạm bạn một lần nữa!"
**El ratón se alejaba nadando de ella tan rápido como podía**
Con chuột đang bơi ra khỏi cô ấy nhanh nhất có thể
**y el ratón hizo un gran alboroto en la piscina**
và con chuột đã gây ra một tiếng ồn ào trong hồ bơi
**Así que llamó suavemente al ratón**
Vì vậy, cô ấy nhẹ nhàng gọi theo con chuột
**"¡Mi querido ratón, por favor vuelve!"**
"Con chuột thân yêu của tôi, xin hãy quay lại!"

"Y no hablaremos de gatos"
"Và chúng ta sẽ không nói về mèo"
"Y tampoco tenemos que hablar de perros"
"Và chúng ta cũng không cần phải nói về chó"
Cuando el ratón escuchó esto, se dio la vuelta
Khi chuột nghe thấy điều này, nó quay lại
Y el ratoncito nadó lentamente de regreso a ella
và con chuột nhỏ chậm rãi bơi trở lại chỗ cô
La cara del ratón estaba bastante pálida
Khuôn mặt của con chuột khá nhợt nhạt
Y el ratón habló, en voz baja y temblorosa
và con chuột nói, bằng một giọng trầm, run rẩy
"Vamos a la orilla"
"Chúng ta hãy lên bờ"
"y luego te contaré mi historia"
"và sau đó tôi sẽ kể cho bạn biết lịch sử của tôi"
"y entenderás por qué odio a los gatos y a los perros"
"và bạn sẽ hiểu tại sao tôi ghét chó mèo"
Ya era hora de partir
Đã đến lúc phải đi
porque la piscina se estaba llenando bastante
Bởi vì hồ bơi đang trở nên khá đông đúc
Otros pájaros y animales habían caído en el estanque
những con chim và động vật khác đã rơi xuống hồ bơi
había un pato y un dodo
có một con vịt và một con Dodo
y había un pájaro lori y un aguilucho
và có một con chim Lory và một con Eaglet
Y había varias otras criaturas de aspecto interesante
và có một số sinh vật trông thú vị khác
Alicia abrió el camino para salir de la piscina
Alice dẫn đường ra khỏi hồ bơi
Y todo el grupo de animales nadó hasta la orilla
và cả nhóm động vật bơi vào bờ

**Una carrera de caucus y una larga cola**
Một cuộc đua kín và một cái đuôi dài

**De hecho, eran un grupo de animales de aspecto gracioso**
Chúng thực sự là một nhóm động vật trông ngộ nghĩnh
**Y todos se reunieron a la orilla del agua**
và tất cả họ tập trung trên bờ nước
**Todos los pájaros tenían las plumas desaliñadas**
tất cả những con chim đều có lông xù
**y los animales peludos estaban empapados**
và những con vật lông lá đã bị ướt sũng
**y todos estaban empapados, molestos e incómodos**
và tất cả đều ướt sũng, khó chịu và khó chịu

**Había una pregunta que había que responder primero**
Có một câu hỏi phải được trả lời trước
**¿Cuál es la mejor manera de que todos se sequen?**
Cách tốt nhất để mọi người bị khô là gì?
**Tuvieron una consulta sobre este asunto**
Họ đã có một cuộc tham vấn về vấn đề này
**Pronto todos se sintieron en términos familiares**
chẳng mấy chốc, tất cả họ đều có những điều kiện quen thuộc

**Era como si los conociera de toda la vida**
như thể cô đã biết họ cả đời
**El ratón parecía ser una persona de cierta autoridad**
Con chuột dường như là một người có thẩm quyền nào đó
**"¡Siéntense todos y escúchenme!**
"Ngồi xuống, tất cả các bạn, và nghe tôi!
**"¡Pronto los volveré a secar!"**
"Tôi sẽ sớm làm cho tất cả các bạn khô ráo trở lại!"
**Se sentaron todos a la vez, en un gran círculo**
Tất cả họ ngồi xuống cùng một lúc, trong một vòng tròn lớn
**y el ratoncito se sentó en el medio**
và con chuột nhỏ ngồi ở giữa
**—¡Ejem! —dijo el ratón con aire importante—**
"Ahem!" con chuột nói với một khí chất quan trọng
**"¿Están todos listos?"**
"Tất cả các bạn đã sẵn sàng chưa?"
**"Esto es lo más seco que conozco"**
"Đây là điều khô khan nhất mà tôi biết"
**—¡Silencio por todas partes, por favor!**
"Im lặng xung quanh, nếu anh muốn!"
**"Guillermo el Conquistador fue favorecido por el Papa"**
"William the Conqueror được giáo hoàng ưu ái"
**"pero pronto fue sometido por los ingleses"**
"nhưng anh ta nhanh chóng bị người Anh khuất phục"
**"Últimamente querían líderes"**
"Họ muốn các nhà lãnh đạo gần đây"
**"Y se habían acostumbrado al poder y a la conquista"**
"và họ đã quen với quyền lực và chinh phục"
**"Edwin y Morcar, los condes de Mercia y Northumbria"**
"Edwin và Morcar, Bá tước Mercia và Northumbria"
**—¡Uf! —exclamó el pájaro lori con un escalofrío—**
"Ugh!" con chim lori nói, với một sự rùng mình
**"e incluso Stigand, el patriota arzobispo de Canterbury"**
"và thậm chí cả Stigand, tổng giám mục yêu nước của
Canterbury"
**"A él también le pareció aconsejable"**
"Anh ấy cũng thấy điều đó được khuyến khích"

-¿Qué le pareció aconsejable? -dijo el pato-

"Anh ta thấy nên làm gì?" con vịt nói

—Le pareció aconsejable —replicó el ratón con cierto enfado—

"Anh ấy thấy điều đó được khuyến khích," con chuột trả lời khá ngang qua

**Pero el pato no estaba satisfecho**

Nhưng con vịt không hài lòng

**"Por supuesto, ya sabes lo que significa"**

"Tất nhiên, bạn biết 'nó' có nghĩa là gì"

—Sé lo que es cuando encuentro una cosa —dijo el pato—

"Tôi biết 'nó' là gì khi tôi tìm thấy một thứ," con vịt nói

**"Generalmente es una rana o un gusano"**

"Nó thường là một con ếch hoặc một con sâu"

**"La pregunta es, ¿qué encontró el arzobispo?"**

"Câu hỏi đặt ra là, Đức Tổng Giám mục đã tìm thấy gì?"

**El ratón no se dio cuenta de esta pregunta**

Con chuột không nhận thấy câu hỏi này

**En cambio, el ratón continuó apresuradamente con el discurso**

Thay vào đó, con chuột vội vã tiếp tục bài phát biểu

**"le pareció aconsejable ir con Edgar Atheling"**

"Anh ấy thấy nên đi với Edgar Atheling"

**"para encontrarme con Guillermo y ofrecerle la corona"**

"gặp William và trao vương miện cho anh ta"

**el ratón continuó, volviéndose hacia Alicia mientras hablaba**

con chuột tiếp tục, quay sang Alice khi nó nói

—¿Cómo te va ahora, querida?

"Bây giờ anh thế nào, em yêu?"

—Tan mojado como siempre —dijo Alicia en tono melancólico—

"Ướt át như mọi khi," Alice nói với giọng u sầu

**"Esta historia no parece que me seque en absoluto"**

"Câu chuyện này dường như không làm tôi khô chút nào"

—En ese caso —dijo solemnemente el dodo, poniéndose en pie—

"Trong trường hợp đó," dodo trịnh trọng nói, đứng dậy

"Voto que se levante la sesión"

"Tôi bỏ phiếu hoãn cuộc họp"

"y propongo la adopción inmediata de remedios más enérgicos"

"và tôi đề xuất áp dụng ngay lập tức các biện pháp khắc phục mạnh mẽ hơn"

—¡Di palabras de verdad! —dijo el aguilucho—

"Nói những lời thật!" con đại bàng nói

"No conozco el significado de la mitad de esas palabras largas"

"Tôi không biết ý nghĩa của một nửa những từ dài đó"

—¡Y, lo que es más, tampoco creo que tú lo sepas!

"Và, hơn thế nữa, tôi cũng không tin anh biết!"

—Lo que iba a decir —dijo el dodo en tono ofendido—

"Tôi định nói gì," con dodo nói với giọng xúc phạm

"Lo mejor para deshacernos sería una contienda electoral"

"Điều tốt nhất để làm cho chúng tôi khô khan sẽ là một cuộc đua kín"

—¿Qué es una contienda electoral? —preguntó Alicia

"Cuộc đua kín là gì?" Alice nói

—Bueno —dijo el dodo—, la mejor manera de explicarlo es
hacerlo.
"Chà," dodo nói, "cách tốt nhất để giải thích nó là làm điều đó"
**"Primero el dodo trazó un hipódromo"**
"Đầu tiên, con dodo đánh dấu một đường đua"
**"La pista estaba en una especie de círculo"**
"Đường đua nằm trong một loại vòng tròn"
**"Y luego todo el grupo se colocó a lo largo del recorrido"**
"Và sau đó tất cả các nhóm được đặt dọc theo đường đua"
**No hubo "¡Uno, dos, tres y fuera!"**
Không có "Một, hai, ba và đi!"
**pero empezaron a correr cuando quisieron**
nhưng họ bắt đầu chạy khi họ thích
**Y también terminaban cuando querían**
và họ cũng hoàn thành khi họ thích
**Así que no era fácil saber cuándo había terminado la carrera**
Vì vậy, không dễ dàng để biết khi nào cuộc đua kết thúc
**Después de media hora más o menos de correr, todos
estaban bastante secos**
Sau nửa giờ chạy hoặc lâu hơn, tất cả đều khá khô
**el dodo gritó de repente: "¡La carrera ha terminado!"**
con dodo đột nhiên gọi, "Cuộc đua đã kết thúc!"
**Y todos se agolparon alrededor del dodo**
và tất cả họ đều chen chúc xung quanh dodo
**Todos los animales jadeaban y resoplaban**
tất cả các con vật đều thở hổn hển và thở hổn hển
**y todos querían saber: "¿Pero quién ha ganado?"**
và tất cả họ đều muốn biết, "Nhưng ai đã thắng?"
**El dodo no pudo responder de inmediato a esta pregunta**
Câu hỏi này dodo không thể trả lời ngay lập tức
**Primero tuvo que pensar mucho**
Đầu tiên anh phải suy nghĩ rất nhiều
**Después de pensarlo mucho, el Dodo finalmente habló**
Sau khi suy nghĩ nhiều, con Dodo cuối cùng cũng lên tiếng
**"Todos han ganado y todos deben tener premios"**
"Mọi người đều thắng, và tất cả đều phải có giải thưởng"

"¿Pero quién va a dar los premios?", preguntó un coro de voces
"Nhưng ai sẽ trao giải thưởng?" một dàn hợp xướng giọng nói hỏi
—Bueno, ella, por supuesto —dijo el dodo—
"Chà, cô ấy, tất nhiên," dodo nói
y el dodo señaló con un dedo a Alicia
và con dodo chỉ bằng một ngón tay vào Alice
y todo el grupo de animales se agolpó a su alrededor
và cả nhóm động vật chen chúc xung quanh cô
gritaron, de manera confusa: "¡Premios! ¡Premios!"
họ gọi, một cách bối rối, "Giải thưởng! Giải thưởng!"
Alicia no tenía ni idea de qué hacer
Alice không biết phải làm gì
Desesperada, se metió la mano en el bolsillo
trong tuyệt vọng, cô đút tay vào túi
Y sacó una caja de dulces
và cô ấy lấy ra một hộp kẹo
Por suerte, el agua salada no había entrado en la caja
may mắn thay, nước mặn đã không lọt vào hộp
Y repartió los dulces como premios
và cô ấy đưa kẹo xung quanh như một giải thưởng
Había exactamente una pieza para todos
Có chính xác một mảnh ghép cho tất cả mọi người
Lo siguiente que tenían que hacer era comer los dulces
Điều tiếp theo họ phải làm là ăn đồ ngọt
Esto causó algo de ruido y confusión
Điều này gây ra một số tiếng ồn và nhầm lẫn
Los grandes pájaros se quejaban de que no podían saborear sus dulces
Những con chim lớn phàn nàn rằng chúng không thể nếm thử đồ ngọt của chúng
Los pequeños se ahogaron y hubo que darles palmaditas en la espalda
những con nhỏ bị nghẹt thở và phải vỗ vào lưng
Sin embargo, al fin se acabó
Tuy nhiên, cuối cùng nó đã kết thúc

**y se sentaron de nuevo en un anillo**
và họ lại ngồi xuống trong một vòng tròn
**Y le rogaron al ratón que les dijera algo más**
và họ cầu xin con chuột nói thêm điều gì đó
**—Prometiste contarme tu historia, ¿sabes? —dijo Alicia—**
"Anh đã hứa sẽ kể cho tôi nghe lịch sử của anh, anh biết đấy,"
Alice nói
**E hizo otro pequeño comentario sobre los gatos en un
susurro**
và cô ấy thì thầm một nhận xét nhỏ về mèo
**No quería volver a ofender al ratón**
cô ấy không muốn xúc phạm con chuột một lần nữa
**el ratoncito se volvió hacia Alicia y suspiró**
con chuột nhỏ quay sang Alice và thở dài
**—¡La mía es una larga y triste historia!**
"Câu chuyện của tôi là một câu chuyện dài và buồn!"
**—Es una cola larga, sin duda —dijo Alicia—**
"Chắc chắn là một cái đuôi dài," Alice nói
**Y miró con asombro la cola del ratón**
và cô ấy nhìn xuống với sự ngạc nhiên về phía đuôi chuột
**—¿Pero por qué le llamas cola triste?**
"Nhưng tại sao anh lại gọi nó là một cái đuôi buồn?"
**Y ella seguía desconcertada al respecto mientras el ratón
hablaba**
Và cô ấy tiếp tục bối rối về điều đó trong khi con chuột đang
nói
**de modo que su idea del cuento era más o menos así**
vì vậy ý tưởng của cô ấy về câu chuyện là một cái gì đó như
thế này

"Fury said to
a mouse, That
he met in the
house, 'Let
us both go
to law: *I*
will prosecute
*you.*—
Come, I'll
take no denial:
We must have
the trial;
For really
this morning
I've
nothing
to do.'
Said the
mouse to
the cur,
'Such a
trial, dear
sir, With
no jury
or judge,
would
be wasting
our
breath.'
'I'll be
judge,
I'll be
jury,'
said
cunning
old
Fury;
'I'll
try
the
whole
cause,
and
condemn
you to
death.'"

**Furia le dijo a un ratón: "Que se encontró en la casa"**
Fury nói với một con chuột, Rằng nó đã gặp trong nhà"
**Vayamos los dos a la ley: yo te procesaré**
Cả hai chúng ta hãy ra tùa: Tôi sẽ truy tố bạn
**Vamos, no aceptaré ninguna negación: debemos tener el juicio**
Nào, tôi sẽ không phủ nhận: Chúng ta phải có phiên tòa
**Porque realmente esta mañana no tengo nada que hacer**
Vì thực sự sáng nay tôi không có gì để làm
**Dijo el ratón al cur;**
Con chuột nói với lời nguyền rủa;
**Un juicio así, querido señor, sin jurado ni juez, sería una**

**pérdida de aliento**

Một phiên tòa như vậy, thưa ngài, nếu không có bồi thẩm đoàn hay thẩm phán, sẽ lãng phí hơi thở của chúng tôi

**—Seré juez, seré jurado —dijo el astuto viejo Fury—**

"Tôi sẽ là thẩm phán, tôi sẽ là bồi thẩm đoàn," Fury già xảo quyệt nói

**Juzgaré toda la causa y te condenaré a muerte**

Tôi sẽ xét xử toàn bộ chính nghĩa, và kết án tử hình các bạn

**el ratón le habló severamente a Alicia**

con chuột nói chuyện nghiêm khắc với Alice

**"¡No estás prestando atención!"**

"Anh không chú ý!"

**—¿En qué estás pensando?**

"Anh đang nghĩ gì vậy?"

**—Le ruego que me perdone —dijo Alicia muy humildemente—**

"Tôi xin lỗi anh," Alice nói rất khiêm tốn

**– ¿Habías llegado a la quinta curva, creo?**

"Anh đã đến khúc cua thứ năm, tôi nghĩ vậy?"

**"¡Me insultas diciendo tales tonterías!"**

"Anh xúc phạm tôi bằng cách nói những điều vô nghĩa như vậy!"

**Y el ratón se levantó y se alejó**

và con chuột đứng dậy và bỏ đi

**Alicia llamó al ratoncito**

Alice gọi theo con chuột nhỏ

**"¡Por favor, regresa y termina tu historia!"**

"Xin hãy quay lại và kết thúc câu chuyện của bạn!"

**Y todos los demás se unieron a coro**

Và tất cả những người khác đều tham gia hợp xướng

**"¡Sí, por favor, termine su historia!"**

"Vâng, xin hãy kết thúc câu chuyện của bạn!"

**Pero el ratón se limitó a negar con la cabeza con impaciencia**

Nhưng con chuột chỉ lắc đầu một cách thiếu kiên nhẫn

**Y el ratoncito caminó un poco más rápido**

và con chuột nhỏ đi nhanh hơn một chút

**—¡Ojalá tuviera aquí a Dinah, nuestra gata! —dijo Alicia—**

"Tôi ước gì tôi có Dinah, con mèo của chúng tôi, ở đây!" Alice
nói

**Esto causó una notable sensación entre el grupo**

Điều này đã gây ra một cảm giác đáng chú ý trong bữa tiệc

**Algunos de los pájaros se apresuraron a huir de inmediato**

Một số con chim vội vã bỏ đi ngay lập tức

**y un canario gritó con voz temblorosa a sus hijos;**

và một con chim hoàng yến kêu với những đứa trẻ của nó
bằng giọng run rẩy;

**—¡Váyanse, queridos míos!**

"Đi đi, các bạn thân mến!"

**"¡Ya es hora de que estén todos en la cama!"**

"Đã đến lúc tất cả các bạn phải lên giường!"

**Con varias excusas se fueron todos**

với nhiều lý do khác nhau, tất cả đều biến mất

**y Alicia no tardó en quedarse sola**

và Alice nhanh chóng bị bỏ lại một mình

**—¡Ojalá no hubiera mencionado a Dinah!**

"Tôi ước gì tôi không nhắc đến Dinah!"

**"Parece que a nadie le gusta aquí abajo"**

"Có vẻ như không ai thích cô ấy ở đây"

**—¡Pero estoy seguro de que es la mejor gata del mundo!**

"Nhưng tôi chắc chắn rằng cô ấy là con mèo tốt nhất trên thế
giới!"

**La pobre Alicia se echó a llorar de nuevo**

Alice tội nghiệp lại bắt đầu khóc

**porque se sentía muy sola y desanimada**

Bởi vì cô ấy cảm thấy rất cô đơn và thấp thỏm

**Al cabo de un rato, sin embargo, volvió a oír algo**

Tuy nhiên, sau một lúc, cô lại nghe thấy điều gì đó

**un pequeño golpeteo de pasos a lo lejos**

một tiếng bước chân nhỏ ở phía xa

**Y ella miró hacia arriba ansiosamente**

và cô ấy háo hức nhìn lên

# El conejo manda al pequeño Sr. Bill
### Con thỏ gửi ông Bill bé nhỏ vào

**Era el conejo blanco, que volvía trotando lentamente**

Đó là con thỏ trắng, chạy chậm rãi trở lại một lần nữa

**Miraba a su alrededor ansiosamente mientras se alejaba**

anh ấy đang lo lắng nhìn xung quanh khi anh ấy đi

**Parecía como si hubiera perdido algo**

anh ta trông như thể anh ta đã mất một cái gì đó

**Alicia le oyó murmurar para sí misma**

Alice nghe thấy anh lẩm bẩm với chính mình

**—¡La duquesa! ¡La duquesa! ¡Oh, mis queridas patas!**

"Nữ công tước! Nữ công tước! Ôi, bàn chân thân yêu của tôi!"

**—¡Oh, mi pelo y mis bigotes!**

"Ôi, bộ lông và râu của tôi!"

**"Ella hará que me ejecuten, estoy seguro de eso"**

"Cô ấy sẽ xử tử tôi, tôi chắc chắn về điều đó"

**—¡Tan cierto como que los hurones son hurones!**

"Chắc chắn như chồn hương là chồn hương!"

**"¿Dónde puedo haber dejado mis cosas, me pregunto?"**

"Tôi có thể đánh rơi đồ đạc của mình ở đâu, tôi tự hỏi?"

**Alicia adivinó en un momento lo que estaba buscando**
Alice đoán được trong giây lát anh đang tìm kiếm gì
**Buscaba el abanico de plumas**
anh ấy đang tìm kiếm chiếc quạt lông vũ
**Y buscaba el par de guantes blancos**
và anh ta đang tìm kiếm đôi găng tay trắng
**Así que ella, muy bondadosamente, comenzó a buscar los guantes**
Vì vậy, cô ấy rất tốt bụng bắt đầu tìm găng tay
**Y tambíen buscó el abanico de plumas**
và cô ấy cũng tìm kiếm chiếc quạt lông vũ
**Pero los guantes y el abanico de plumas no se veían por ninguna parte**
nhưng găng tay và quạt lông vũ không được nhìn thấy ở đâu
**Todo parecía haber cambiado desde que se bañó en la piscina**
Mọi thứ dường như đã thay đổi kể từ khi cô bơi trong hồ bơi
**Nada era igual desde que estaba en el Gran Salón**
Không có gì giống nhau kể từ khi cô ấy ở trong Đại sảnh
**y la mesa de cristal había desaparecido**
và chiếc bàn kính đã biến mất
**Y la puertecita tampoco estaba allí**
và cánh cửa nhỏ cũng không ở đó
**Muy pronto el conejo se fijó en Alicia**
Rất nhanh thì, con thỏ nhận ra Alice
**—la llamó en tono airado**
anh gọi cô với giọng giận dữ
**—Mary Ann, ¿qué haces aquí?**
"Mary Ann, cô đang làm gì ở đây?"
**"Corre a casa en este momento"**
"Chạy về nhà ngay bây giờ"
**—¡Y tráeme un par de guantes y un abanico de plumas!**
"Và lấy cho tôi một đôi găng tay và một chiếc quạt lông vũ!"
**—¡Y date prisa!**
"Và nhanh chóng về nó!"
**Alicia se habló a sí misma mientras salía corriendo**
Alice tự nhủ khi cô chạy đi

—¡Debe de haberme confundido con su criada!
"Chắc hắn hắn đã nhầm tôi với người giúp việc của hắn!"
"¡Qué sorpresa se quedará cuando se entere de quién soy!"
"Anh ấy sẽ ngạc nhiên biết bao khi phát hiện ra tôi là ai!"
**Al decir esto, se encontró con una casita pulcra**
Khi cô ấy nói điều này, cô ấy bắt gặp một ngôi nhà nhỏ gọn
gàng
**En la puerta de la casa había una placa de bronce brillante**
Trên cửa nhà là một tấm đồng sáng
**"W. CONEJO"**
"W. THỎ"
**Entró sin llamar a la puerta**
Cô đi vào mà không gõ cửa
**Y se apresuró a subir las escaleras**
và cô vội vã đi thẳng lên lầu
**le preocupaba conocer a la verdadera Mary Ann**
cô ấy lo lắng rằng cô ấy có thể gặp Mary Ann thực sự
**porque entonces la echarían de la casa**
bởi vì khi đó cô ấy sẽ bị đuổi ra khỏi nhà
**Y no sería capaz de encontrar el abanico de plumas y los**
**guantes**
và cô ấy sẽ không thể tìm thấy chiếc quạt lông vũ và găng tay
**Alicia había encontrado el camino hacia una pequeña**
**habitación ordenada**
Alice đã tìm đường vào một căn phòng nhỏ gọn gàng
**En la habitación había una mesa junto a la ventana**
Trong phòng có một chiếc bàn cạnh cửa sổ
**y sobre la mesa había un abanico de plumas**
và trên bàn là một chiếc quạt lông vũ
**Y había dos o tres pares de diminutos guantes blancos**
và có hai hoặc ba đôi găng tay trắng nhỏ
**Cogió el abanico de plumas y un par de guantes**
Cô nhặt chiếc quạt lông vũ và một đôi găng tay
**Y estaba a punto de salir de la habitación**
và cô ấy sắp rời khỏi phòng
**Pero entonces sus ojos se posaron en una botellita**
nhưng rồi mắt cô rơi vào một cái chai nhỏ

**Descorchó la botella y se la llevó a los labios**
Cô mở nút chai và đặt nó lên môi
**"Espero que me haga crecer de nuevo"**
"Tôi hy vọng nó sẽ khiến tôi lớn lên một lần nữa"
**"¡Estoy cansada de ser una cosita tan pequeña!"**
"Tôi mệt mỏi vì trở thành một thứ nhỏ bé như vậy!"
**Alicia apenas se había bebido la mitad de la botella**
Alice hầu như không uống được một nửa chai
**Su cabeza ya estaba presionada contra el techo**
đầu cô ấy đã ấn vào trần nhà
**Y tuvo que agacharse**
và cô ấy phải cúi xuống
**para salvar su cuello de ser roto**
để cứu cổ cô ấy khỏi bị gãy
**Dejó apresuradamente la botella**
Cô vội vã đặt chai xuống
**"Con eso basta"**
"Vậy là khá đủ"
**"Espero no crecer más"**
"Tôi hy vọng tôi không lớn lên nữa"
**¡Ay! ¡Era demasiado tarde para desearlo!**
Than ôi! Đã quá muộn để ước điều đó!
**Ella siguió creciendo y creciendo**
Cô ấy tiếp tục phát triển và phát triển
**y muy pronto tuvo que arrodillarse en el suelo**
và rất nhanh chóng cô phải quỳ xuống sàn nhà
**Y aun así siguió creciendo**
và thậm chí sau đó cô ấy vẫn tiếp tục phát triển
**Como último recurso, sacó un brazo por la ventana**
như một nguồn lực cuối cùng, cô đưa một cánh tay ra ngoài
cửa sổ
**Y metió un pie por la chimenea**
và cô ấy đặt một chân lên ống khói
**"Ahora no puedo hacer más, pase lo que pase"**
"Bây giờ tôi không thể làm gì nữa, bất cứ điều gì xảy ra"
**—¿Qué será de mí?**
"Tôi sẽ ra sao?"

**Alicia tuvo un poco de suerte**
Alice đã có một điểm may mắn
**La pequeña botella mágica había tenido todo su efecto**
Chai ma thuật nhỏ đã có tác dụng đầy đủ
**y Alicia no creció más de lo que era**
và Alice không lớn hơn cô ấy
**Al cabo de unos minutos oyó una voz en el exterior**
Sau vài phút, cô nghe thấy một giọng nói bên ngoài
**Y se detuvo a escuchar la voz**
và cô dừng lại để lắng nghe giọng nói
**—¡María Ana! ¡Mary Ann! -dijo la voz-**
"Mary Ann! Mary Ann!" giọng nói
**"¡Tráeme mis guantes en este momento!"**
"Lấy găng tay cho tôi ngay bây giờ!"
**Luego se oyó un pequeño golpeteo de pies en la escalera**
Sau đó là một tiếng vỗ chân nhỏ trên cầu thang
**Alicia supo que era el conejo que venía a buscarla**
Alice biết đó là con thỏ đến tìm cô
**Y tembló hasta hacer temblar la casa**
và nàng run rẩy cho đến khi làm rung chuyển ngôi nhà

**Se olvidó por completo de sus proporciones**
cô hoàn toàn quên tỷ lệ của mình là gì
**Era mil veces más grande que el conejo**
cô ấy lớn gấp ngàn lần con thỏ
**Y no tenía por qué temer a un conejo**
và cô không có lý do gì để sợ thỏ
**De pronto, el conejo se acercó a la puerta**
Ngay sau đó, con thỏ đến cửa
**Y el conejito trató de abrir la puerta**
và con thỏ nhỏ cố gắng mở cửa
**La puerta comenzó a abrirse hacia adentro**
cánh cửa bắt đầu mở ra bên trong
**pero el codo de Alicia estaba apretado con fuerza contra la puerta**
nhưng khuỷu tay của Alice bị ép mạnh vào cửa
**Ese intento resultó un fracaso**
Nỗ lực đó đã thất bại
**Alicia oyó que el conejo se hablaba a sí mismo**
Alice nghe thấy con thỏ nói với chính mình
**"Entonces daré la vuelta y entraré por la ventana"**
"Vậy thì tôi sẽ đi vòng quanh và vào qua cửa sổ"
**«¡Que no lo harás!», pensó Alicia**
"Rằng anh sẽ không!" Alice nghĩ
**Y volvió a esperar un poco**
và cô ấy đợi một chút nữa
**Pronto oyó al conejo justo debajo de la ventana**
Ngay sau đó, cô nghe thấy tiếng thỏ ngay dưới cửa sổ
**De repente extendió la mano**
Cô ấy đột nhiên dang tay ra
**Y ella hizo un arrebato en el aire**
và cô ấy đã giật lấy không trung
**No se apoderó de nada**
Cô ấy không nắm được bất cứ thứ gì
**Pero oyó un pequeño alarido y una caída**
nhưng cô nghe thấy một tiếng hét nhỏ và một tiếng ngã
**Y oyó el estrépito de cristales rotos**
và cô nghe thấy tiếng kính vỡ

**Tal vez el conejo se había caído**
Có lẽ con thỏ đã ngã
**Tal vez estaba en un invernadero**
Có lẽ anh ấy đang ở trong một ngôi nhà xanh
**Luego se oyó una voz airada; La voz del conejo**
Tiếp theo là một giọng nói giận dữ; Giọng nói của con thỏ
**"Pat, ¿dónde estás?"**
"Pat, anh đang ở đâu?"
**Y entonces llegó una voz que nunca antes había oído**
Và rồi một giọng nói mà cô chưa bao giờ nghe trước đây vang
lên
**"¡Su señoría, estoy aquí!"**
"Thưa ngài, tôi ở đây!"
**"Estoy cavando en busca de manzanas"**
"Tôi đang đào táo"
**"¡Aquí! ¡Ven y ayúdame a salir de esto!"**
"Đây! Hãy đến và giúp tôi thoát khỏi điều này!"
**—Ahora dime, Pat, ¿qué es eso que hay en la ventana?**
"Bây giờ hãy nói cho tôi biết, Pat, cái gì trong cửa sổ?"
**"Claro, su señoría, se lo diré"**
"Chắc chắn rồi, tôi sẽ nói với ngài"
**"¡Es un brazo que está en la ventana!"**
"Đó là một cánh tay ở trong cửa sổ!"
**"Bueno, un brazo no tiene nada que hacer allí"**
"Chà, một cánh tay không có việc gì ở đó"
**"¡Ve y quítate el brazo!"**
"Đi và lấy cánh tay đi!"
**Hubo un largo silencio después de esto**
Có một sự im lặng dài sau đó
**y Alicia sólo podía oír susurros de vez en cuando**
và Alice chỉ có thể nghe thấy những lời thì thầm thỉnh thoảng
**Y, por fin, volvió a extender la mano**
và cuối cùng cô lại dang tay ra
**Y ella hizo otro arrebato en el aire**
và cô ấy thực hiện một cú giật khác trong không trung
**Esta vez hubo dos pequeños chillidos**
Lần này có hai tiếng la hét nhỏ

y se escucharon más sonidos de vidrios rotos
và có nhiều âm thanh của kính vỡ hơn
«¡Me pregunto qué harán ahora!», pensó Alicia
"Tôi tự hỏi họ sẽ làm gì tiếp theo!" Alice nghĩ
"Ojalá me sacaran por la ventana"
"Tôi ước họ sẽ kéo tôi ra khỏi cửa sổ"
Esperó un buen rato
Cô đợi một lúc
Pero durante un rato no oyó nada más
nhưng trong một thời gian cô không nghe thấy gì thêm
Por fin se oyó el estruendo de unas ruedas
Cuối cùng là một tiếng ầm ầm của những bánh xe nhỏ
Y se oyó el sonido de muchas voces
và có âm thanh của nhiều giọng nói
Todas las voces hablaban al unísono
tất cả các giọng nói đang nói chuyện với nhau
Pudo distinguir algunas de las palabras
Cô có thể hiểu ra một số từ
—¿Dónde está la otra escalera?
"Cái thang kia đâu?"
"Bill tiene la otra escalera"
"Bill có nấc thang khác"
"¡Bill, ven aquí!"
"Bill, đến đây!"
—¿Soportará el techo la carga?
"Mái nhà có chịu được tải trọng không?"
—¿Quién quiere bajar por la chimenea?
"Ai muốn đi xuống ống khói?"
—¡No, no lo haré! ¡Tú lo haces!"
"Không, tôi sẽ không! Bạn làm điều đó!"
—¡Aquí, Bill!
"Đây, Bill!"
"¡El maestro dice que tienes que bajar por la chimenea!"
"Chủ nhân nói anh phải đi xuống ống khói!"
Alicia arrastró el pie por la chimenea todo lo que pudo
Alice rút chân xuống ống khói càng xa càng tốt
Y luego esperó a ver lo que venía

và sau đó cô ấy chờ xem điều gì sẽ xảy ra
**Escuchó a un animalito arañar y revolver**
Cô nghe thấy một con vật nhỏ cào và tranh giành
**El animalito debe estar en la chimenea**
con vật nhỏ phải ở trong ống khói
**Luego dio una fuerte patada**
Sau đó, cô ấy đá một cú mạnh
**Y esperó a ver qué pasaría después**
và cô ấy chờ xem điều gì sẽ xảy ra tiếp theo
**Oyó un coro general de voces**
cô nghe thấy một dàn hợp xướng chung của giọng nói
**"¡Ahí va Bill!", dijeron todos**
"Bill đi rồi!" tất cả họ đều nói
**Entonces oyó solo la voz del conejo**
Rồi cô nghe thấy giọng thỏ một mình
**"¡Tú por el seto, atrápalo!"**
"Anh bên hàng rào, bắt anh ta!"
**Hubo otro momento de silencio**
Có một khoảnh khắc im lặng khác
**Y entonces hubo otra confusión de voces**
và sau đó có một sự nhầm lẫn khác của giọng nói
**"Levanta la cabeza, Brandy"**
"Ngẩng đầu lên, Brandy"
**"Ten cuidado de no asfixiarlo"**
"Hãy cẩn thận để không làm nghẹt thở anh ấy"
**—¿Qué te pasó?**
"Chuyện gì đã xảy ra với anh?"
**Por último, llegó una vocecita débil y chillona**
Cuối cùng là một giọng nói hơi yếu ớt, rít
**"Bueno, ya casi no sé"**
"Chà, tôi hầu như không biết gì nữa"
**"Gracias a todos, ahora estoy mejor"**
"Cảm ơn tất cả các bạn, bây giờ tôi đã tốt hơn"
**"Hay una cosa que puedo recordar"**
"Có một điều tôi có thể nhớ"
**"Algo viene hacia mí como un tren en un túnel"**
"Có thứ gì đó đến với tôi như một chuyến tàu trong đường

hầm"

**"¡Y vuelo hacia arriba como un cohete!"**

"và tôi bay lên như một tên lửa trên trời!"

**Hubo uno o dos minutos de silencio**

Có một hoặc hai phút im lặng

**Y entonces empezaron a moverse de nuevo**

và sau đó họ bắt đầu di chuyển một lần nữa

**y Alicia oyó hablar de nuevo al Conejo**

và Alice nghe thấy con Thỏ nói một lần nữa

**"Un túmulo servirá, para empezar"**

"Một chiếc xe ngựa sẽ làm được, ngay từ đầu"

**«¿Un túmulo lleno de qué?», pensó Alicia**

"Một cái gì vậy?" Alice nghĩ

**Pero no la mantuvieron en suspenso por mucho tiempo**

Nhưng cô ấy không bị giữ trong hồi hộp lâu

**Una lluvia de guijarros entró por la ventana**

một cơn mưa đá cuội nhỏ chảy qua cửa sổ

**Y algunas de las piedrecitas le golpearon en la cara**

và một số viên sỏi nhỏ đập vào mặt cô ấy

**Alicia se sorprendió por los guijarros**

Alice ngạc nhiên về những viên sỏi nhỏ

**Todos los guijarros se estaban convirtiendo en pasteles**

tất cả những viên sỏi nhỏ đang biến thành bánh ngọt

**Y una idea brillante se le ocurrió**

và một ý tưởng tuyệt vời xuất hiện trong đầu cô

**"Debería comerme uno de estos pasteles"**

"Tôi nên ăn một trong những chiếc bánh này"

**"El pastel seguramente hará algún cambio en mi tamaño"**

"Bánh chắc chắn sẽ tạo ra một số thay đổi về kích thước của tôi"

**Así que se tragó uno de los pasteles**

Vì vậy, cô ấy nuốt một trong những chiếc bánh

**Y se alegró al descubrir que empezaba a encogerse**

và cô ấy rất vui khi thấy rằng cô ấy bắt đầu co lại

**Pronto fue lo suficientemente pequeña como para pasar por la puerta**

chẳng mấy chốc cô ấy đủ nhỏ để bước qua cánh cửa

**Salió corriendo de la casa**
cô ấy chạy ra khỏi nhà
**Una multitud de animalitos y pájaros esperaban afuera**
một đám đông động vật nhỏ và chim đang đợi bên ngoài
**todos los pajaritos y animales se abalanzaron sobre Alicia**
tất cả những con chim nhỏ và động vật lao vào Alice
**Pero ella huyó lo más rápido que pudo**
nhưng cô ấy chạy nhanh nhất có thể
**Y pronto se encontró a salvo en un espeso bosque**
và chẳng mấy chốc cô thấy mình an toàn trong một khu rừng rậm
**Alicia vagaba por el bosque**
Alice lang thang trong rừng
**Y pensó para sí misma:**
và nàng nghĩ thầm:
**"Sé lo que tengo que hacer primero"**
"Tôi biết mình phải làm gì trước"
**"Primero tengo que volver a crecer hasta el tamaño adecuado"**
"Đầu tiên tôi phải phát triển đến kích thước phù hợp của mình một lần nữa"
**"Y luego tengo que encontrar mi camino hacia ese hermoso jardín"**
"và sau đó tôi phải tìm đường vào khu vườn xinh xắn đó"
**"Supongo que debería comer o beber una cosa u otra"**
"Tôi cho rằng tôi nên ăn hoặc uống điều gì đó hay thứ khác"
**"Pero la pregunta es ¿qué debo comer o beber?"**
"Nhưng câu hỏi là tôi nên ăn gì hay uống gì?"
**Alicia miró a su alrededor las flores**
Alice nhìn xung quanh cô ấy vào những bông hoa
**Y miró a través de las briznas de hierba**
và nàng nhìn qua những ngọn cỏ
**pero no podía ver nada de comer ni de beber**
nhưng cô không thể nhìn thấy bất cứ thứ gì để ăn hoặc uống
**Nada parecía ser lo adecuado para comer o beber**
không có gì giống như thứ phù hợp để ăn hoặc uống
**Había un gran hongo creciendo cerca de ella**

Có một cây nấm lớn mọc gần cô ấy
**el hongo tenía aproximadamente la misma altura que Alicia**
cây nấm có chiều cao tương đương với Alice
**Se estiró de puntillas**
Cô ấy vươn người lên bằng cách nhón chân
**Y se asomó por el borde del hongo**
và cô nhìn trộm qua mép nấm
**Sus ojos se encontraron inmediatamente con los ojos de una gran oruga azul**
Mắt cô ngay lập tức chạm vào mắt của một con sâu bướm lớn màu xanh lam
**La oruga estaba sentada en la parte superior del hongo**
con sâu bướm đang ngồi trên ngọn nấm
**y la oruga se había cruzado de brazos**
và con sâu bướm đã khoanh tay
**Y estaba fumando tranquilamente una larga cachimba**
và anh ta đang lặng lẽ hút một chiếc hookah dài
**y no hizo la menor atención a nada**
và anh ta không để ý đến bất cứ điều gì
**y ciertamente no le prestó atención a Alicia**
và anh ấy chắc chắn không chú ý đến Alice

### Consejos de una oruga
#### Lời khuyên từ một con sâu bướm

**Por fin, la oruga se quitó la pipa de la boca**
Cuối cùng con sâu bướm đã lấy hookah ra khỏi miệng
**y se dirigió a Alicia con voz lánguida y soñolienta**
và anh nói với Alice bằng một giọng uể oải, buồn ngủ
**—¿Quién eres? —preguntó la oruga**
"Anh là ai?" con sâu bướm nói

**Alicia respondió, con cierta timidez: "No lo sé, señor"**
Alice trả lời, khá ngượng ngùng, "Tôi hầu như không biết,
thưa ngài"
**"Justo en este momento está todo un poco..."**
"Chỉ vào lúc này, tất cả chỉ là một chút..."
**"Sé quién era cuando me levanté esta mañana"**
"Tôi biết tôi là ai khi tôi thức dậy sáng nay".
**"pero creo que debo haber cambiado varias veces desde
entonces"**
"nhưng tôi nghĩ tôi phải thay đổi nhiều lần kể từ đó"
**—¿Qué quieres decir con eso? —dijo la oruga—**
"Ý anh là gì?" con sâu bướm nói

**Con severidad, la oruga le pidió que se explicara**
Nghiêm khắc con sâu bướm yêu cầu cô giải thích bản thân
—Me temo que no puedo explicarme, señor —dijo Alicia—
"Tôi không thể giải thích bản thân, tôi sợ, thưa ngài," Alice nói
**"porque no soy yo mismo"**
"bởi vì tôi không phải là chính mình"
**"Verás, tener tantos tamaños diferentes en un día es muy**
**confuso"**
"Bạn thấy đấy, có rất nhiều kích cỡ khác nhau trong một ngày
rất khó hiểu"
**Se incorporó y dijo muy gravemente:**
Cô đứng dậy và nói rất nghiêm túc:
**"Creo que primero deberías decirme quién eres"**
"Tôi nghĩ anh nên nói cho tôi biết anh là ai, trước tiên"
**"¿Por qué?", dijo la oruga**
"Tại sao?" con sâu bướm nói
**Alicia no se le ocurría ninguna buena razón**
Alice không thể nghĩ ra bất kỳ lý do chính đáng nào
**Y la oruga parecía estar en un estado de ánimo muy**
**desagradable**
và con sâu bướm dường như đang ở trong một trạng thái tâm
trí rất khó chịu
**Así que se dio la vuelta**
vì vậy cô ấy quay đi
**"¡Vuelve!", la oruga la llamó**
"Quay lại!" con sâu bướm gọi theo cô
**"¡Tengo algo importante que decir!"**
"Tôi có một điều quan trọng muốn nói!"
**Alicia se dio la vuelta y volvió otra vez**
Alice quay lại và quay lại
—Mantén la calma —dijo la oruga—
"Giữ bình tĩnh," con sâu bướm nói
-¿Eso es todo? -preguntó Alicia
"Chỉ vậy thôi?" Alice nói
**Y se tragó su rabia lo mejor que pudo**
và cô ấy nuốt cơn giận của mình hết sức có thể
—No —dijo la oruga—

"Không," con sâu bướm nói
**La oruga desplegó sus brazos**
con sâu bướm dang rộng cánh tay của nó
**Y volvió a sacarse la pipa de la boca**
và anh ta lại lấy hookah ra khỏi miệng mình
**y él dijo: "Así que Ud. piensa que Ud. ha cambiado, ¿verdad?"**
và anh ấy nói, "Vậy anh nghĩ rằng anh đã thay đổi, phải không?"
**—Me temo, he cambiado, señor —dijo Alicia—**
"Tôi sợ, tôi đã thay đổi, thưa ngài," Alice nói
**"No puedo recordar las cosas como solía recordarlas"**
"Tôi không thể nhớ mọi thứ như tôi đã từng nhớ chúng"
**"¡Y no me quedo del mismo tamaño por más de diez minutos!"**
"Và tôi không giữ nguyên kích thước quá mười phút!"
**"¿Qué tamaño quieres tener?", preguntó la oruga**
"Anh muốn có kích thước bao nhiêu?" con sâu bướm hỏi
**—Oh, no me importa especialmente el tamaño que tenga — respondió Alicia apresuradamente—**
"Ồ, tôi không đặc biệt bận tâm đến kích thước của mình," Alice vội vàng trả lời
**"Simplemente no me gusta cambiar de tamaño tan a menudo, ya sabes"**
"Tôi chỉ không thích thay đổi kích thước thường xuyên, bạn biết đấy"
**"Me gustaría ser un poco más grande, señor"**
"Tôi muốn lớn hơn một chút, thưa ngài"
**—Si no te importa —añadió Alicia—**
"Nếu anh không phiền," Alice nói thêm
**"Diez centímetros es una altura tan miserable para ser"**
"Mười cm là một chiều cao khốn khổ"
**-¡Es una altura muy buena! -exclamó la oruga con rabia-**
"Đó thực sự là một chiều cao rất tốt!" con sâu bướm tức giận nói
**Y se irguió mientras hablaba**
và ông đứng thẳng khi nói

**Medía exactamente diez centímetros de alto**

anh ta cao chính xác mười cm

**En uno o dos minutos, la oruga bajó del hongo**

Trong một hoặc hai phút, con sâu bướm đã thoát khỏi nấm

**Y se arrastró por la hierba**

và anh ta bò đi vào bãi cỏ

**Al alejarse, hizo algunas pequeñas observaciones**

Khi anh ấy đi xa, anh ấy đã đưa ra một số nhận xét nhỏ

**"Un lado te hará crecer más alto"**

"Một bên sẽ làm cho bạn cao hơn"

**"Y el otro lado te hará acortar"**

"Và phía bên kia sẽ làm cho bạn trở nên thấp hơn"

**«¿Un lado de qué?», pensó Alicia para sí misma**

"Một mặt của cái gì?" Alice nghĩ với chính mình

**—¿El otro lado de qué?**

"Mặt khác của cái gì?"

**—El costado del hongo —dijo la oruga—**

"Bên cạnh nấm," con sâu bướm nói

**Era como si hubiera hecho su pregunta en voz alta**

Như thể cô đã hỏi lớn câu hỏi của mình

**Y en otro momento, se perdió de vista**

và trong một khoảnh khắc khác, anh ta đã khuất tầm nhìn

**Alicia se quedó mirando pensativa el hongo**

Alice vẫn trầm ngâm nhìn cây nấm

**Estaba tratando de distinguir cuáles eran los dos lados del hongo**

Cô đang cố gắng tìm ra hai mặt của nấm

**Por fin, estiró los brazos alrededor de la seta**

Cuối cùng cô duỗi tay quanh cây nấm

**Y rompió un poco los bordes**

và cô ấy đã bẻ gãy một chút các cạnh

**"Y ahora, ¿qué lado es cuál?", se dijo a sí misma**

"Và bây giờ, bên nào là bên nào?" cô tự nhủ

**Y mordisqueó un poco de la parte de la mano derecha**

và cô ấy gặm một chút bên tay phải

**Al momento siguiente sintió un violento golpe debajo de la barbilla**

Khoảnh khắc tiếp theo, cô cảm thấy một cú đánh dữ dội dưới cằm

**¡Su barbilla había golpeado su pie!**
cằm cô ấy đã đập vào chân cô ấy!

**Estaba bastante asustada por este cambio tan repentino**
Cô rất sợ hãi trước sự thay đổi rất đột ngột này

**Se estaba encogiendo muy rápidamente**
cô ấy co lại rất nhanh

**Así que rápidamente se comió un poco del otro trozo de champiñón**
Vì vậy, cô ấy nhanh chóng ăn một ít nấm khác

**Su barbilla estaba muy presionada contra su pie**
Cằm của cô ấy được ép rất chặt vào chân cô ấy

**Apenas había espacio para abrir la boca**
hầu như không có chỗ để mở miệng

**Pero al fin logró abrir la boca**
nhưng cuối cùng cô ấy đã cố gắng mở miệng

**Y tragó un bocado del pedazo de la mano izquierda**
và cô nuốt một miếng bên trái

**-¡Por fin me han liberado la cabeza! -exclamó Alicia-**
"Cuối cùng đầu tôi cũng được giải thoát!" Alice nói

**Se miró a sí misma**
cô ấy nhìn xuống chính mình

**Pero todo lo que podía ver era una inmensa longitud de cuello**
nhưng tất cả những gì cô có thể nhìn thấy là một cái cổ dài khổng lồ

**Su cuello parecía elevarse como un tallo**
cổ cô ấy dường như nhô lên như một cuống

**Y miró hacia abajo sobre un mar de hojas verdes**
và cô nhìn xuống một biển lá xanh

**—¿A dónde han llegado mis hombros?**
"Vai tôi đã đi đâu?"

**"Y oh, mis pobres manos, ¿cómo es que no puedo verte?"**
"Và ôi, đôi tay tội nghiệp của tôi, làm sao tôi không thể nhìn thấy anh?"

**Pero su cuello tenía un beneficio**

nhưng cổ của cô ấy có một lợi ích
**Podía mover la cabeza en cualquier dirección**
cô ấy có thể di chuyển đầu theo bất kỳ hướng nào
**De hecho, era como una serpiente**
Trên thực tế, cô ấy giống như một con rắn
**Ella zigzagueó con gracia con la cabeza hacia abajo**
Cô duyên dáng ngoằn ngoèo đầu xuống
**Y movió la cabeza entre los árboles**
và cô ấy di chuyển đầu qua những tán cây
**Pero entonces oyó un silbido agudo**
nhưng sau đó cô nghe thấy một tiếng rít sắc bén
**Y rápidamente echó la cabeza hacia atrás**
và cô ấy nhanh chóng rút đầu ra sau
**Una gran paloma había volado hacia su cara**
Một con chim bồ câu lớn đã bay vào mặt cô
**y la paloma se agitó violentamente con sus alas**
và con chim bồ câu hung dữ với đôi cánh của nó

-¡Serpiente! -exclamó la paloma-
"Con rắn!" chim bồ câu kêu lên
-¡No soy una serpiente! -exclamó Alicia indignada-
"Tôi không phải là một con rắn!" Alice phẫn nộ nói
"¡Déjame en paz!"
"Để tôi yên!"
"He probado las raíces de los árboles"
"Tôi đã thử rễ cây"
—Y he probado setos —prosiguió la paloma—
"và tôi đã thử hàng rào," con chim bồ câu tiếp tục
—¡Pero esas serpientes! ¡No hay forma de complacerlos!"
"Nhưng những con rắn đó! Không có gì làm hài lòng họ!"
Alicia estaba cada vez más desconcertada
Alice càng ngày càng bối rối
-Como si ya fuera bastante trabajo incubar los huevos -dijo
la paloma-
"Như thế không đủ rắc rối khi ấp trứng," con chim bồ câu nói
—¡De noche y de día también tengo que estar atento a las
serpientes!
"Cả ngày lẫn đêm tôi cũng phải đề phòng rắn!"
"Acababa de encontrar el árbol más alto del bosque"
"Tôi vừa tìm thấy cái cây cao nhất trong rừng"
—¿Estaría libre de serpientes aquí?
"Chắc chắn tôi sẽ không bị rắn ở đây?"
"¡Y sale una serpiente del cielo!"
"Và một con rắn từ trên trời đi ra!"
-¡Pero yo no soy una serpiente, te lo aseguro! -dijo Alicia-
"Nhưng tôi không phải là một con rắn, tôi nói với bạn!" Alice
nói
"Soy un... Soy un... Soy una niña —añadió con cierta duda—
"Tôi là... Tôi là... Tôi là một cô bé," cô nói thêm một cách khá
nghi ngờ
Después de todo, había estado pasando por muchos cambios
Rốt cuộc, cô ấy đã trải qua rất nhiều thay đổi
—Estás buscando huevos —dijo la paloma—
"Anh đang tìm trứng," con chim bồ câu nói
"Lo sé con certeza"

"Tôi biết điều đó là một sự thật"
**—¿Y qué importa si eres una niña o una serpiente?**
"Và có vấn đề gì nếu bạn là một cô bé hay một con rắn?"
**—A mí me importa mucho —dijo Alicia apresuradamente —**
"Điều đó rất quan trọng đối với tôi," Alice vội vàng nói
**"pero no estoy buscando huevos, como suele ser"**
"Nhưng tôi không tìm kiếm trứng, như nó xảy ra"
**"Y de todos modos no querría tus huevos"**
"và dù sao thì tôi cũng không muốn trứng của bạn"
**"No me gustan los huevos crudos"**
"Tôi không thích trứng sống của mình"
**-¡Pues váyase! -dijo la paloma en tono malhumorado-**
"Vậy thì đi đi!" con chim bồ câu nói với giọng hờn dỗi
**Y la paloma se instaló de nuevo en su nido**
và con chim bồ câu lại lắng xuống tổ của nó
**Alicia se agachó entre los árboles lo mejor que pudo**
Alice cúi xuống giữa những tán cây tốt nhất có thể
**Su cuello no dejaba de enredarse entre las ramas**
cổ cô ấy liên tục vướng vào cành cây
**De vez en cuando tenía que detenerse y desenroscar el cuello**
Thỉnh thoảng cô phải dừng lại và tháo cổ
**Al cabo de un rato se acordó de la seta**
Sau một lúc, cô nhớ ra cây nấm
**Todavía sostenía los trozos de hongo en sus manos**
Cô vẫn cầm những mảnh nấm trên tay
**Y se puso a trabajar con mucho cuidado**
và cô bắt đầu làm việc rất cẩn thận
**Primero mordisqueó una pieza**
Đầu tiên cô gặm nhấm một mảnh
**Y luego mordisqueó la otra pieza**
và sau đó cô gặm nhấm mảnh kia
**A veces crecía**
đôi khi cô ấy cao hơn
**y a veces se acortaba**
và đôi khi cô ấy trở nên thấp hơn
**pero finalmente alcanzó su altura habitual**
nhưng cuối cùng cô ấy đã đạt được chiều cao bình thường của

mình

**Hacía tiempo que no era de su estatura**

cô ấy đã không có chiều cao của chính mình trong một thời gian

**Así que todo se sintió extraño por un tiempo**

Vì vậy, mọi thứ cảm thấy kỳ lạ trong một thời gian

**"Lo siguiente que hay que hacer es entrar en ese hermoso jardín"**

"Điều tiếp theo cần làm là vào khu vườn xinh đẹp đó"

**—¿Cómo se va a hacer eso, me pregunto?**

"Làm thế nào để làm điều đó, tôi tự hỏi?"

**Al decir esto, llegó a un lugar abierto**

Khi cô ấy nói điều này, cô ấy bắt gặp một nơi trống

**Había una casita, un poco más de un metro de altura**

có một ngôi nhà nhỏ, cao hơn một mét một chút

**"Me pregunto quién vive en esta casita"**

"Tôi tự hỏi ai sống trong ngôi nhà nhỏ này"

**"Ciertamente no puedo entrar tan grande como soy"**

"Tôi chắc chắn không thể đi vào lớn như tôi"

**—¡Los asustaría terriblemente!**

"Tôi sẽ làm họ sợ hãi khủng khiếp!"

**Así que volvió a mordisquear el pequeño champiñón**

vì vậy cô lại gặm nhấm cây nấm nhỏ

**Y pronto bajó treinta centímetros**

và chẳng mấy chốc cô ấy hạ mình xuống ba mươi cm

**Un cerdo y un poco de pimienta**
Một con lợn và một ít hạt tiêu

**Durante uno o dos minutos se quedó mirando la casa**
Trong một hoặc hai phút, cô đứng nhìn ngôi nhà
**De repente, un lacayo salió corriendo del bosque**
Đột nhiên một người hầu chạy ra khỏi rừng
**Vestía un uniforme especial**
anh ấy mặc một bộ đồng phục màu sơn đặc biệt
**A juzgar solo por su rostro, ella lo habría llamado pez**
Đánh giá chỉ bằng khuôn mặt của anh, cô sẽ gọi anh là cá
**Y golpeó fuertemente la puerta con los nudillos**
và anh ta gõ lớn vào cửa bằng các đốt ngón tay của mình
**La puerta fue abierta por otro lacayo**
Cánh cửa được mở bởi một người hầu khác
**Este lacayo también llevaba una librea especial**
Người hầu này cũng mặc một màu sơn đặc biệt
**Este lacayo tenía una cara redonda y ojos grandes como los de una rana**
Người hầu này có khuôn mặt tròn và đôi mắt to như ếch

**El lacayo, que parecía un pez, inició la ceremonia**
Người hầu trông giống như một con cá khởi xướng buổi lễ
**Sacó algo de debajo de su brazo**
anh ta rút ra thứ gì đó từ dưới cánh tay của mình
**Y sacó de debajo del brazo un sobre**

và anh ta rút ra từ dưới cánh tay mình một phong bì
**Y este sobre se lo entregó al otro lacayo**
và phong bì này anh ta đưa cho người hầu kia
**En tono ceremonioso le comunicó las órdenes**
bằng một giọng nghi lễ, anh ta nói với anh ta những mệnh
lệnh
**"Este mensaje es para la duquesa"**
"Thông điệp này dành cho Nữ công tước"
**"Una invitación de la reina a jugar al croquet"**
"Lời mời từ nữ hoàng chơi croquet"
**El lacayo, que parecía una rana, repitió la orden**
Người hầu trông giống như một con ếch lặp lại mệnh lệnh
**"De la Reina"**
"Từ Nữ hoàng"
**"Una invitación"**
"Lời mời"
**"para la duquesa"**
"cho Nữ công tước"
**"Jugar al croquet"**
"Chơi croquet"
**Entonces ambos se inclinaron profundamente**
Sau đó, cả hai đều cúi đầu thấp
**y los rizos de sus pelucas se enredaron**
và những lọn tóc giả của họ vướng vào nhau
**Pronto el lacayo que parecía un pez se había ido**
Chẳng mấy chốc, người hầu trông giống như một con cá đã
biến mất
**Pero el lacayo que parecía una rana todavía estaba allí**
Nhưng người hầu trông giống như một con ếch vẫn còn đó
**Estaba sentado en el suelo, cerca de la puerta**
anh ấy đang ngồi trên mặt đất gần cửa
**Estaba mirando estúpidamente al cielo**
anh ta đang nhìn chằm chằm lên bầu trời một cách ngu ngốc
**Alicia se acercó tímidamente a la puerta y llamó**
Alice rụt rè đi đến cửa và gõ cửa
**—Es inútil llamar a la puerta —dijo el lacayo—**
"Không có ích gì khi gõ cửa," người hầu nói

"Y eso es por dos razones"
"Và đó là vì hai lý do"
"Primero, porque estoy del mismo lado de la puerta que tú"
"Đầu tiên, bởi vì tôi ở cùng phía cánh cửa với anh"
"En segundo lugar, porque están haciendo mucho ruido
dentro"
"Thứ hai, bởi vì họ đang tạo ra quá nhiều tiếng ồn bên trong"
"Nadie podría escucharte"
"Không ai có thể nghe thấy bạn"
Y, ciertamente, había un ruido extraordinario en su interior
Và chắc chắn có một tiếng ồn phi thường nhất đang diễn ra
bên trong
un aullido y estornudos constantes
một tiếng hú và hắt hơi liên tục
y de vez en cuando se oye un gran estruendo
và thỉnh thoảng lại có âm thanh va chạm lớn
como si un plato o una tetera se hubieran roto en pedazos
như thể một chiếc đĩa hoặc ấm đun nước đã bị vỡ thành từng
mảnh
-¿Cómo voy a entrar? -preguntó Alicia
"Làm thế nào tôi có thể vào được?" Alice hỏi
—¿Deberías entrar? —dijo el lacayo—
"Anh có nên vào không?" người hầu nói
"Esa es la primera pregunta, ya sabes"
"Đó là câu hỏi đầu tiên, bạn biết đấy"
Alicia abrió la puerta y entró
Alice mở cửa và đi vào
La puerta conducía directamente a una gran cocina
Cánh cửa dẫn thẳng vào một căn bếp lớn
La cocina estaba llena de humo de un extremo a otro
nhà bếp đầy khói từ đầu này sang đầu kia
en medio de la cocina estaba la duquesa
ở giữa nhà bếp là Nữ công tước
Estaba sentada en un taburete de tres patas
cô ấy đang ngồi trên một chiếc ghế ba chân
Y ella estaba amamantando a un bebé
và cô ấy đang cho con bú

**El cocinero estaba inclinado sobre el fuego**
người đầu bếp đang nghiêng người trên đống lửa
**Estaba removiendo un gran caldero**
anh ta đang khuấy một cái vạc lớn
**y el caldero parecía estar lleno de sopa**
và cái vạc dường như đầy súp
**"¡Ciertamente hay demasiada pimienta en esa sopa!" —se dijo Alicia**
"Chắc chắn có quá nhiều hạt tiêu trong món súp đó!" Alice tự nhủ
**Lo dijo lo mejor que pudo, sin estornudar**
cô ấy nói điều đó tốt nhất có thể mà không hắt hơi
**Incluso la duquesa estornudaba de vez en cuando**
Ngay cả Nữ công tước thỉnh thoảng cũng hắt hơi
**Pero las acciones del bebé fueron las más notables**
Nhưng hành động của em bé là đáng chú ý nhất
**El bebé estornudaba y aullaba alternativamente**
em bé hắt hơi và hú luân phiên
**No hubo un momento de pausa entre aullidos y estornudos**
không có một giây phút nào giữa tiếng hú và hắt hơi
**Había dos criaturas en la cocina que no estornudaban**
Có hai sinh vật trong bếp không hắt hơi
**El cocinero estaba demasiado ocupado para estornudar**
đầu bếp quá bận rộn để hắt hơi
**Y al gran gato no pareció importarle el pimiento**
và con mèo lớn dường như không bận tâm đến hạt tiêu
**En cambio, el gran gato sonreía de oreja a oreja**
Thay vào đó, con mèo lớn đang cười toe toét
**-Por favor, ¿podría decírmelo -dijo Alicia, un poco tímidamente-**
"Làm ơn anh có thể nói cho tôi biết," Alice nói, hơi rụt rè
**"¿Por qué tu gato sonríe así?"**
"Tại sao con mèo của bạn lại cười toe toét như vậy?"
**-Es un gato de Cheshire -dijo la duquesa-**
"Đó là một con mèo Cheshire," Nữ công tước nói
**"Y por eso está sonriendo de oreja a oreja"**
"Và đó là lý do tại sao anh ấy cười toe toét"

"No sabía que un gato de Cheshire siempre sonreía"
"Tôi không biết rằng một con mèo Cheshire luôn cười toe toét"
—De hecho, no sabía que los gatos podían sonreír —dijo
Alicia—
"Trên thực tế, tôi không biết rằng mèo có thể cười," Alice nói
-Hay muchas cosas que no sabes -dijo la duquesa-
"Có nhiều điều bạn không biết," Nữ công tước nói
"Hay muchas cosas que no sabes y eso es un hecho"
"Có nhiều điều bạn không biết và đó là một sự thật"
En ese momento, el cocinero retiró el caldero de sopa del
fuego
Ngay sau đó, người đầu bếp lấy nồi súp ra khỏi lửa
Y en seguida se puso a tirar todo lo que estaba a su alcance
và ngay lập tức cô bắt đầu ném mọi thứ trong tầm tay của
mình
arrojó todo lo que pudo a la duquesa y al bebé
cô ném mọi thứ có thể vào Nữ công tước và đứa bé
Primero arrojó los hierros de fuego
Đầu tiên cô ném bàn ủi lửa
Luego tiró un puñado de cacerolas
Sau đó, cô ấy ném một nắm chảo
y finalmente tiró los platos y las fuentes
và cuối cùng cô ném đĩa và bát đĩa
La duquesa no le hizo caso
Nữ công tước không để ý đến cô ấy
Incluso cuando fue golpeada por un plato, no se preocupó
Ngay cả khi cô ấy bị đĩa, cô ấy cũng không lo lắng
El bebé ya estaba aullando tanto
đứa bé đã hú rất nhiều
Así que era imposible decir si los golpes lastimaban al bebé
o no
Vì vậy, không thể nói liệu những cú đánh có làm tổn thương
em bé hay không
—¡Oh, por favor, ten cuidado con lo que estás haciendo! —
exclamó Alicia—
"Ồ, xin hãy để ý những gì anh đang làm!" Alice kêu lên
Y saltaba de un lado a otro en una agonía de terror

và cô ấy nhảy lên nhảy xuống trong một nỗi kinh hoàng
**la duquesa le ofreció a Alicia el bebé**
Nữ công tước đã đề nghị Alice đứa bé
**"¡Aquí! ¡Puedes amamantar un poco al bebé, si quieres!"**
"Đây! Cô có thể cho bé bú một chút, nếu cô thích!"
**Y le arrojó al bebé mientras hablaba**
và cô ấy ném đứa bé vào cô ấy khi cô ấy nói
**"Tengo que ir a prepararme para jugar al croquet con la reina"**
"Tôi phải đi và sẵn sàng chơi croquet với nữ hoàng"
**Y se apresuró a salir de la habitación**
và cô vội vã ra khỏi phòng
**Alicia atrapó al bebé con cierta dificultad**
Alice bắt được đứa bé với một số khó khăn
**porque era una criatura de forma muy extraña**
bởi vì nó là một sinh vật nhỏ bé có hình dạng rất kỳ lạ
**Y el bebé extendió los brazos y las piernas en todas direcciones**
và đứa bé giơ tay và chân ra mọi hướng
**«Será mejor que me lleve a este niño conmigo», pensó Alicia**
"Tốt hơn là tôi nên mang đứa trẻ này đi cùng," Alice nghĩ
**"Seguro que matarán a este bebé en uno o dos días"**
"Họ chắc chắn sẽ giết đứa bé này trong một hoặc hai ngày"
**—¿No sería un asesinato dejar atrás a este bebé?**
"Không phải là giết người nếu bỏ lại đứa bé này sao?"
**Dijo las últimas palabras en voz alta**
Cô ấy nói to những lời cuối cùng
**Y la cosita gruñó en respuesta**
và thứ nhỏ bé càu nhàu đáp lại
**—Será mejor que no te conviertas en un cerdo, querida — dijo Alicia—**
"Tốt nhất là anh không nên biến thành một con lợn, em yêu," Alice nói
**"o de lo contrario no tendré nada más que ver contigo"**
"Nếu không tôi sẽ không liên quan gì đến anh nữa"
**Alicia empezaba a pensar para sí misma:**
Alice chỉ mới bắt đầu suy nghĩ:

**"Ahora, ¿qué voy a hacer con esta criatura cuando la lleve a casa?"**

"Bây giờ, tôi phải làm gì với sinh vật này, khi tôi đưa nó về nhà?"

**Pero entonces la pequeña criatura gruñó un poco violentamente**

nhưng sau đó sinh vật nhỏ bé càu nhàu một chút dữ dội

**y Alicia lo miró a la cara con cierta alarma**

và Alice nhìn xuống mặt nó với vẻ hoảng hốt

**Esta vez no podía haber error al respecto**

Lần này không thể có sai lầm về nó

**No era ni más ni menos que un cerdo**

nó không nhiều hơn cũng không kém một con lợn

**Así que dejó a la pequeña criatura en el suelo**

vì vậy cô đặt sinh vật nhỏ bé xuống

**y la pequeña criatura se aleja trotando tranquilamente hacia el bosque**

và sinh vật nhỏ lặng lẽ chạy vào rừng

**Alicia se sintió bastante aliviada al ver que la criatura se iba**

Alice cảm thấy khá nhẹ nhõm khi thấy sinh vật này ra đi

**Alicia se sobresaltó un poco al ver al Gato de Cheshire**

Alice hơi giật mình khi nhìn thấy con mèo Cheshire

**Estaba sentado en la rama de un árbol a pocos metros de distancia**

nó đang ngồi trên một cành cây cách đó vài mét

**El gato solo sonrió cuando la vio**

Con mèo chỉ cười toe toét khi nhìn thấy cô

**—Gato de Cheshire —empezó Alicia, bastante tímidamente —**

"Con mèo Cheshire," Alice bắt đầu, khá rụt rè

**—¿Podría decirme, por favor, qué camino debo tomar desde aquí?**

"Anh có thể cho tôi biết tôi nên đi theo hướng nào từ đây không?"

**—En esa dirección —dijo el gato—**

"Theo hướng đó," con mèo nói

**Y agitó la pata derecha**

và nó vẫy bàn chân phải xung quanh

**"En esa dirección vive un fabricante de sombreros"**

"Ở hướng đó sống một người thợ mũ"

**Y entonces el gato agitó su otra pata**

và sau đó con mèo vẫy bàn chân kia của nó

**"Y en esa dirección vive una liebre de marzo"**

"Và theo hướng đó sống một con thỏ hành quân"

**"Visita a cualquiera de los que quieras; los dos están locos"**

"Ghé thăm một trong hai bạn thích; cả hai đều điên rồi"

**—Pero yo no quiero andar entre locos —comentó Alicia—**

"Nhưng tôi không muốn đi giữa những người điên," Alice nhận xét

**—Oh, no puedes evitarlo —dijo el Gato—**

"Ồ, anh không thể không làm điều đó," Con Mèo nói

**"Aquí estamos todos locos"**

"Tất cả chúng ta đều điên ở đây"

**"¿Vas a jugar al croquet con la reina hoy?"**

"Hôm nay bạn đang chơi croquet với nữ hoàng à?"

**—Me gustaría mucho —dijo Alicia—**

"Tôi rất muốn làm vậy," Alice nói

**"pero todavía no me han invitado"**

"nhưng tôi vẫn chưa được mời"

**—Allí me verás —dijo el Gato—**

"Anh sẽ thấy tôi ở đó," Con Mèo nói

**Y de un momento a otro el gato desapareció**

và từ khoảnh khắc này sang khoảnh khắc khác, con mèo biến mất

**pronto Alicia llegó a la vista de la casa de la liebre de marzo**

chẳng mấy chốc, Alice đã nhìn thấy ngôi nhà của thỏ hành quân

**Era una casa muy grande**

Đây là một ngôi nhà rất lớn

**así que Alicia no quiso acercarse a la casa**

vì vậy Alice không muốn đến gần nhà

**Primero tuvo que mordisquear un poco más del trozo de champiñón del lado izquierdo**

Đầu tiên cô phải gặm thêm một ít nấm bên trái

**Una fiesta de té loca**
Một bữa tiệc trà điên cuồng

**Delante de la casa había un árbol**
Trước nhà có một cái cây
**y debajo del árbol había una mesa**
và dưới gốc cây có một cái bàn
**y la mesa estaba puesta con toda clase de cubiertos**
và bàn được đặt với đủ loại dao kéo
**La Liebre de Marzo y el Sombrerero estaban sentados a la mesa**
Thỏ March và người thợ làm mũ đang ngồi tại bàn
**y juntos estaban tomando el té**
và họ đang cùng nhau uống trà
**Un lirón estaba sentado entre ellos**
Một con chuột ngủ đang ngồi giữa họ
**y el lirón se durmió profundamente**
và con chuột ngủ say
**La mesa era de un tamaño extraordinario**
Chiếc bàn có kích thước phi thường
**Pero la mayor parte de la mesa estaba desocupada**
nhưng hầu hết bàn đều không có người ở
**Se sentaron apiñados en una esquina de la mesa**
Họ ngồi chen chúc với nhau ở một góc bàn
**y, sin embargo, se excusaban cuando veían a Alicia**
nhưng họ đã bào chữa khi nhìn thấy Alice
**"¡No hay espacio! ¡No hay lugar!", gritaron**
"Không có phòng! Không có phòng!" họ kêu lên
**-¡Hay sitio de sobra! -exclamó Alicia indignada-**
"Có rất nhiều chỗ!" Alice phẫn nộ nói
**En un extremo de la mesa había un gran sillón**
Ở một đầu bàn có một chiếc ghế bành lớn
**y Alicia se sentó en el sillón**
và Alice ngồi trên ghế bành
**El sombrerero abrió mucho los ojos**
người thợ làm mũ mở mắt rất to
**No podía creer lo que estaba viendo**
anh không thể tin được những gì mình đang nhìn thấy

**Pero su mente tenía curiosidad por otras cosas**
nhưng tâm trí anh tò mò về những thứ khác
**—¿Por qué un cuervo es como un escritorio?**
"Tại sao một con quạ lại giống như một chiếc bàn viết?"
**Alicia estaba abierta al reto**
Alice cởi mở với thử thách
**"Me alegro de que hayan empezado a hacer adivinanzas"**
"Tôi rất vui vì họ đã bắt đầu hỏi những câu đố"
**—Creo que puedo adivinarlo —añadió en voz alta—**
"Tôi tin rằng tôi có thể đoán được điều đó," cô nói thêm
**La liebre de marzo sintió curiosidad por Alicia**
Thỏ hành bắt đầu tò mò về Alice
**"¿De verdad crees que puedes encontrar la respuesta?"**
"Bạn có thực sự nghĩ rằng bạn có thể tìm ra câu trả lời không?"
**—Creo que puedo encontrar la respuesta —dijo Alicia—**
"Tôi nghĩ tôi thực sự có thể tìm thấy câu trả lời," Alice nói
**—Entonces deberías decir lo que quieres decir —prosiguió la
liebre de la marcha—**
"Vậy thì anh nên nói những gì anh muốn nói," con thỏ hành
quân tiếp tục
**—Digo lo que quiero decir —respondió Alicia
apresuradamente—**
"Tôi nói những gì tôi muốn nói," Alice vội vàng trả lời
**"por lo menos quiero decir lo que digo"**
"ít nhất tôi muốn nói những gì tôi nói"
**"Es lo mismo, ¿sabes?"**
"Đó là điều tương tự, bạn biết đấy"
**El lirón tambдаién contribuyó a la conversación**
Chuột ngủ cũng đóng góp vào cuộc trò chuyện
**Pero el lirón parecía estar hablando en sueños**
nhưng con chuột ngủ dường như đang nói chuyện trong giấc
ngủ của nó
**"Respiro cuando duermo"**
"Tôi thở khi ngủ"
**"¡Duermo cuando respiro!"**
"Tôi ngủ khi tôi thở!"
**"Bien podría decirse que también son lo mismo"**

"Bạn cũng có thể nói rằng họ cũng giống nhau"

**-A ti te pasa lo mismo -dijo el sombrerero-**

"Nó cũng giống như vậy với anh," người thợ mũ nói

**Y echó un poco de té en la nariz del lirón**

và anh ta rót một ít trà lên mũi của con chuột ngủ

**El Lirón sacudió la cabeza con impaciencia**

Con chuột ngủ lắc đầu sốt ruột

**Y volvió a hablar el Lirón, sin abrir los ojos**

và một lần nữa con chuột ngủ nói, không mở mắt

**"Por supuesto, por supuesto que es lo mismo"**

"Tất nhiên, tất nhiên là như vậy"

**"eso es justo lo que iba a decir yo mismo"**

"Đó chỉ là những gì tôi sẽ tự nói"

**El sombrerero se volvió hacia Alicia y le hizo otra pregunta**
Người thợ làm mũ quay sang Alice và hỏi một câu khác
**—¿Ya has adivinado el enigma?**
"Cô đã đoán được câu đố chưa?"
**—No, me rindo —concedió Alicia—**
"Không, tôi bỏ cuộc," Alice thừa nhận
**"¿Cuál es la respuesta?", quiso saber**
"Câu trả lời là gì?" cô muốn biết
**—No tengo la menor idea —dijo el sombrerero—**
"Tôi không có chút ý tưởng nào," người thợ mũ nói
**-Ni yo lo sé -dijo la liebre-**
"Tôi cũng không biết," con thỏ hành quân nói
**Alicia dio un suspiro de cansancio**
Alice thở dài mệt mỏi
**"Hay mejores usos del tiempo que los enigmas sin respuestas"**
"Có cách sử dụng thời gian tốt hơn là câu đố không có câu trả lời"
**-¡Toma un poco más de té! -dijo la liebre a Alicia, muy seriamente-**
"Uống thêm một ít trà," con thỏ hành quân nói với Alice, rất nghiêm túc
**Alicia se sintió bastante ofendida por la oferta**
Alice khá khó chịu trước lời đề nghị
**—Todavía no he tomado el té —respondió Alicia—**
"Tôi chưa uống trà," Alice trả lời
**"por lo tanto, no puedo tomar más té"**
"vì vậy tôi không thể uống trà nữa"
**—Quieres decir que no puedes tomar menos té —dijo el sombrerero—**
"Ý anh là anh không thể uống ít trà," người thợ mũ nói
**"Es muy fácil llevarse más que nada"**
"Rất dễ dàng để lấy nhiều hơn là không có gì"
**Al oír esto, Alicia se levantó y se marchó**
Nghe vậy, Alice đứng dậy và bỏ đi
**El lirón se durmió al instante**
Con chuột ngủ ngay lập tức

y ninguno de los otros hizo la menor atención de que ella se
fuera
và không ai trong số những người khác để ý đến việc cô ấy đi
aunque miró hacia atrás una o dos veces
mặc dù cô ấy nhìn lại một hoặc hai lần
Intentaban meter el lirón en la tetera
Họ đang cố gắng đưa con chuột vào ấm trà
-De todos modos, ¡no volveré a ir allí! -dijo Alicia-
"Dù sao đi nữa, tôi sẽ không bao giờ đến đó nữa!" Alice nói
Y ella caminó su camino a través del bosque
và cô ấy đi qua khu rừng
"Esa fue la fiesta del té más estúpida a la que he ido en mi
vida"
"Đó là bữa tiệc trà ngu ngốc nhất mà tôi từng đến"
Justo cuando dijo esto, notó algo
Ngay khi cô ấy nói điều này, cô ấy nhận thấy một điều gì đó
Uno de los árboles tenía una puerta que daba directamente a
él
Một trong những cái cây có một cánh cửa dẫn thẳng vào đó
"¡Eso es muy interesante!", pensó
"Điều đó rất thú vị!" cô nghĩ
"Creo que es mejor que pase por la puerta"
"Tôi nghĩ tôi cũng có thể đi qua cửa"
Y entró por la puerta
Và qua cánh cửa, cô ấy đi
Una vez más se encontró en el largo pasillo
Một lần nữa cô thấy mình ở trong hành lang dài
De nuevo estaba cerca de la mesita de cristal
Một lần nữa cô lại gần chiếc bàn kính nhỏ
Ella tomó la pequeña llave de oro
Cô ấy lấy chiếc chìa khóa vàng nhỏ
Y abrió la puerta que daba al jardín
và cô mở khóa cánh cửa dẫn vào khu vườn
Luego se puso manos a la obra mordisqueando el hongo
Sau đó, cô bắt đầu làm việc gặm nấm
Había guardado un trozo de la seta en el bolsillo
cô đã giữ một miếng nấm trong túi

**Y, por último, medía alrededor de un metro de altura**
và cuối cùng cô ấy cao khoảng một mét
**Luego caminó por el pequeño pasillo**
Rồi cô đi xuống hành lang nhỏ
**Y entonces finalmente se encontró en el hermoso jardín**
và cuối cùng cô cũng thấy mình ở trong khu vườn xinh đẹp
**y ella estaba entre la flor brillante y las fuentes frescas**
và cô ấy ở giữa những bông hoa rực rỡ và những suối nước
mát mẻ

## El campo de croquet de la reina
### Bãi croquet của nữ hoàng

**Un gran rosal se alzaba cerca de la entrada del jardín**

Một cây hồng lớn đứng gần lối vào khu vườn

**Las rosas que crecían en el árbol eran blancas**

những bông hồng mọc trên cây có màu trắng

**Pero había tres jardineros pintando la rosa**

Nhưng có ba người làm vườn vẽ hoa hồng

**Estaban ocupados pintando las rosas de rojo**

Họ đang bận rộn sơn những bông hồng màu đỏ

**y Alicia los miraba pintar las rosas de rojo**

và Alice đang nhìn họ sơn hoa hồng màu đỏ

**y de repente sus ojos se posaron por casualidad en Alicia**

và đột nhiên ánh mắt của họ tình cờ rơi vào Alice

**Alicia habló un poco tímidamente**

Alice nói một chút rụt rè

**—¿Podría decírmelo, por favor?**

"Anh có thể nói cho tôi biết, làm ơn;"

**"¿Por qué están pintando todas esas rosas?"**

"Tại sao tất cả các bạn lại vẽ những bông hồng đó?"

**Cinco y siete no dijeron nada, pero miraron a dos**

Năm và bảy không nói gì, nhưng nhìn hai

**Dos hablaron, en voz baja**

Hai người nói, bằng một giọng trầm thấp

**"Vaya, el hecho es que ya lo ve, señora"**

"Tại sao, sự thật là, bà thấy đấy, thưa bà"

**"Esto de aquí debería haber sido un rosal rojo"**

"Đây đáng lẽ phải là một cây hồng đỏ"

**"Y pusimos un rosal blanco por error"**

"Và chúng tôi đã đặt nhầm một cây hồng trắng vào"

**"Como estarás de acuerdo, la Reina no debe enterarse"**

"Như bạn sẽ đồng ý, Nữ hoàng không được phát hiện"

**"De lo contrario, nos cortarían la cabeza a todos"**

"Nếu không tất cả chúng ta sẽ bị chặt đầu"

**"Así que ya ve, señora, estamos haciendo lo mejor que podemos"**

"Vậy cô thấy đấy, thưa bà, chúng tôi đang cố gắng hết sức"

**La Carta Cinco había estado mirando ansiosamente a través del jardín**
Lá bài năm đã lo lắng nhìn qua khu vườn
**En ese momento, la carta cinco gritó: "¡La reina! ¡La reina!"**
Ngay lúc này, lá bài năm gọi, "Nữ hoàng! Nữ hoàng!"
**Y los tres jardineros se escabulleron al instante**
và ba người làm vườn ngay lập tức chạy đi
**Y se arrojaron de bruces**
và họ quỳ xuống mặt mình
**Se oyó el sonido de muchos pasos**
Có nhiều tiếng bước chân
**Alicia miró a su alrededor, ansiosa por ver a la reina**
Alice nhìn xung quanh, háo hức muốn gặp nữ hoàng
**Al comienzo de la procesión había diez soldados**
Khi bắt đầu đám rước là mười người lính
**Sus manos y pies estaban en las esquinas**
tay và chân của họ ở các góc
**y en sus manos y pies había garrotes**
và trong tay và chân họ là gậy
**Luego vinieron los diez cortesanos**
Tiếp theo là mười cận thần
**Los cortesanos estaban adornados con diamantes**
các triều thần được trang trí khắp người bằng kim cương
**Después de los cortesanos venían los hijos reales**
Sau khi các triều thần đến, những đứa trẻ hoàng gia
**Eran diez los hijos de la realeza**
có mười người con hoàng gia
**y todos los niños reales estaban adornados con corazones**
và tất cả các con cái hoàng gia đều được trang trí bằng trái tim
**Luego vinieron los invitados; en su mayoría reyes y reinas**
Tiếp theo là những vị khách; chủ yếu là vua và hoàng hậu
**y entre los reyes y la reina, Alicia vio a alguien**
và giữa các vị vua và hoàng hậu, Alice nhìn thấy một người nào đó
**Volvió a ver al conejo blanco que había perseguido**
Cô lại nhìn thấy con thỏ trắng mà cô đã đuổi theo
**La procesión fue seguida por la sota de los corazones**

Đám rước được theo sau bằng dao của trái tim
**Llevaba la corona del rey**
anh ta mang vương miện của nhà vua
**y la corona del rey estaba sobre un cojín de terciopelo carmesí**
và vương miện của nhà vua nằm trên một chiếc đệm nhung đỏ thẫm
**Y entonces llegó el final de esta gran procesión**
và sau đó là kết thúc của đám rước hoành tráng này
**Y allí, al final, estaban el Rey y la Reina de Corazones**
Và ở đó ở cuối cùng là vua và hoàng hậu của trái tim
**la procesión venía frente a Alicia**
đám rước đi đối diện với Alice
**Y todos se detuvieron y la miraron**
và tất cả họ dừng lại và nhìn cô ấy
**Y la reina dijo severamente: "¿Quién es éste?"**
và hoàng hậu nghiêm khắc nói: "Đây là ai?"
**Se lo dijo a la Sota de Corazones**
Cô ấy nói điều đó với Knave of Hearts
**Pero él se limitó a hacer una reverencia y a sonreír en respuesta**
nhưng anh ta chỉ cúi đầu và mỉm cười đáp lại
**Alicia habló muy cortésmente**
Alice nói rất lịch sự
**"Mi nombre es Alicia, así que por favor, su majestad"**
"Tên tôi là Alice, vì vậy làm ơn bệ hạ"
**Pero ella tenía otros pensamientos para sí misma**
nhưng cô ấy có những suy nghĩ khác cho chính mình
**"¡Después de todo, son solo un mazo de cartas!"**
"Dù sao thì chúng cũng chỉ là một gói thẻ!"
**"¿Sabes jugar al croquet?", gritó la reina**
"Anh có thể chơi croquet không?" nữ hoàng hét lên
**Era evidente que la pregunta iba dirigida a Alicia**
Câu hỏi rõ ràng là dành cho Alice
**-¡Sí! -dijo Alicia en voz alta-**
"Vâng!" Alice nói lớn
**—¡Ven a jugar! —rugió la reina—**

"Vậy thì hãy chơi đi!" nữ hoàng gầm lên

**una voz tímida le habló a Alicia**

một giọng nói rụt rè nói với Alice

**"¡Es un día muy hermoso!"**

"Đó là một ngày rất đẹp!"

**Caminaba junto al conejo blanco**

Cô ấy đang đi ngang qua con thỏ trắng

**y el Conejo Blanco la miraba ansiosamente a la cara**

và Thỏ Trắng đang lo lắng nhìn trộm vào mặt cô

**—Un día muy bueno —confirmó Alicia—**

"Quả thực là một ngày rất đẹp," Alice xác nhận

**—¿Dónde está la duquesa?**

"Nữ công tước đâu?"

**"¡Silencio! ¡Silencio!", dijo el Conejo**

"Im lặng! Im lặng!" Thỏ nói

**"Está condenada a muerte"**

"Cô ấy đang bị kết án hành quyết"

**—¿Por qué la ejecutan? —preguntó Alicia**

"Cô ấy bị hành quyết để làm gì?" Alice hỏi

**—Le ha rayado las orejas a la reina —empezó a decir el conejo—**

"Cô ấy đã làm trầy xước tai của nữ hoàng," con thỏ bắt đầu

**—gritó la Reina con voz de trueno—**

Nữ hoàng hét lên bằng giọng sấm sét

**"¡Vayan a sus lugares!"**

"Đến chỗ của bạn!"

**Y la gente empezó a correr en todas direcciones**

và mọi người bắt đầu chạy xung quanh mọi hướng

**y todos tropezaron unos con otros**

và tất cả chúng đều ngã nhào vào nhau

**Sin embargo, se calmaron en uno o dos minutos**

Tuy nhiên, họ đã ổn định trong một hoặc hai phút

**Y entonces comenzó el juego**

và sau đó trò chơi bắt đầu

**Alicia nunca había visto un campo de croquet tan curioso**

Alice chưa bao giờ thấy một sân croquet kỳ lạ như vậy

**La hierba era todo crestas y surcos**

cỏ là tất cả các rãnh và rãnh
**Las bolas de croquet eran erizos de verdad**
Những quả bóng croquet là những con nhím thực sự
**y los mazos eran flamencos de verdad**
và những cái vồ là những con hồng hạc thật
**Y los soldados se pusieron de pie sobre sus manos y sus pies**
và những người lính đứng trên tay và chân của họ
**porque los arcos estaban hechos de sus cuerpos**
bởi vì các vòm được làm từ cơ thể của họ
**Todos los jugadores jugaron a la vez**
Tất cả các cầu thủ đều chơi cùng một lúc
**Nadie esperó su turno**
không ai chờ đến lượt họ
**y todos se peleaban con todos**
và mọi người cãi nhau với mọi người
**y todos luchaban por los erizos**
và tất cả đều chiến đấu vì nhím
**Pronto la reina se vio presa de una furiosa pasión**
Chẳng mấy chốc, nữ hoàng đã ở trong một cơn đam mê dữ
dội
**Y empezó a patalear y a gritar**
và cô ấy bắt đầu dậm chân và hét lên
**"¡Córtale la cabeza!"**
"Chặt đầu anh ta!"
**"¡Córtale la cabeza!"**
"Chặt đầu cô ấy!"
**"¡Córtale la cabeza a todos!"**
"Chặt hết đầu họ!"
**De nuevo Alicia pensó para sí misma**
Một lần nữa Alice nghĩ trong lòng
**"Son terriblemente aficionados a decapitar a la gente aquí"**
"Họ rất thích chặt đầu mọi người ở đây"
**"¡La gran maravilla es que quede alguien vivo!"**
"Điều kỳ diệu lớn nhất là có ai còn sống!"
**Buscaba alguna vía de escape**
Cô ấy đang tìm cách trốn thoát
**Notó una curiosa apariencia en el aire**

Cô nhận thấy một vẻ tò mò trong không khí
**«Es el gato de Cheshire», se dijo a sí misma**
"Đó là con mèo Cheshire," cô tự nhủ
**"Ahora tendré a alguien con quien hablar"**
"Bây giờ tôi sẽ có ai đó để nói chuyện"
**—¿Cómo te va? —preguntó el gato**
"Bạn có khỏe không?" con mèo nói
**—No creo que jueguen nada limpio —dijo Alicia—**
"Tôi không nghĩ họ chơi công bằng chút nào," Alice nói
**Y tenía un tono bastante quejumbroso**
và cô ấy có một giọng khá phàn nàn
**"Todos se pelean tan terriblemente"**
"Tất cả họ đều cãi nhau khủng khiếp"
**"Uno no se oye hablar"**
"Người ta không thể nghe thấy chính mình nói"
**"Y no parecen jugar con ninguna regla"**
"Và họ dường như không chơi theo bất kỳ quy tắc nào"
**el gato le hizo una pregunta a Alicia en voz baja**
con mèo hỏi Alice một câu bằng giọng trầm thấp
**—¿Qué te parece la reina?**
"Cô thích nữ hoàng như thế nào?"
**—No me gusta nada —dijo Alicia—**
"Tôi không thích cô ấy chút nào," Alice nói

**Alicia pensó que sería mejor que volviera**
Alice nghĩ rằng cô ấy cũng có thể quay trở lại
**Quería ver cómo iba el partido**
Cô ấy muốn xem trò chơi diễn ra như thế nào
**Se fue en busca de su erizo**
Cô ấy đi tìm con nhím của mình
**El erizo estaba ocupado luchando contra otro erizo**
Con nhím đang bận rộn chiến đấu với một con nhím khác
**Esta fue una excelente oportunidad**
Đây là một cơ hội tuyệt vời
**Podía hacer croquet a un erizo con el otro**
cô ấy có thể móc một con nhím với con kia
**Pero su flamenco estaba al otro lado del jardín**
nhưng con hồng hạc của cô ấy ở phía bên kia của khu vườn
**El flamenco era bastante torpe**
Con hồng hạc khá vụng về
**Su flamenco intentaba volar hacia un árbol**
con hồng hạc của cô ấy đang cố gắng bay lên một cái cây
**Atrapó al flamenco por la pierna**
Cô bắt lấy chân con chim hồng hạc
**Y guardó el flamenco bajo el brazo**
và cô nhét con hồng hạc dưới cánh tay mình
**De esa manera, el flamenco no pudo escapar de nuevo**
Bằng cách đó, con hồng hạc không thể trốn thoát một lần nữa
**Justo en ese momento Alicia se encontró con la duquesa**
Ngay sau đó, Alice tình cờ gặp nữ công tước
**La duquesa ya había salido de la cárcel**
Nữ công tước bây giờ đã ra khỏi nhà tù
**Metió cariñosamente su brazo bajo el brazo de Alicia**
Cô nhét cánh tay của mình một cách trìu mến dưới cánh tay
Alice
**Y luego se fueron juntos**
và sau đó họ cùng nhau bỏ đi
**Alicia se alegró mucho de encontrarla de tan buen humor**
Alice rất vui khi thấy cô ấy có tính khí dễ chịu như vậy
**Sin embargo, estaba un poco asustada**
Tuy nhiên, cô hơi giật mình

**Oyó la voz de la duquesa cerca de su oído**
Cô nghe thấy giọng nói của nữ công tước gần tai mình
**"Estás pensando en algo, querida"**
"Anh đang nghĩ về điều gì đó, em yêu"
**"Y eso hace que te olvides de hablar"**
"Và điều đó khiến bạn quên nói chuyện"
**—El juego va bastante mejor ahora —dijo Alicia—**
"Trò chơi đang diễn ra khá tốt hơn," Alice nói
**Era una forma de mantener la conversación**
đó là một cách để giữ cho cuộc trò chuyện tiếp tục
**-Así es -dijo la duquesa-**
"Quả thật là như vậy," nữ công tước nói
**"Y la moraleja de eso es esta:"**
"Và đạo đức của điều đó là thế này:"
**"¡Es el amor el que lo hace todo!"**
"Chính tình yêu làm tất cả!"
**"El amor es lo que hace que el mundo gire"**
"Tình yêu là thứ làm cho thế giới quay quanh"
**Alicia tenía otra explicación**
Alice có một lời giải thích khác
**"¡Lo hace todo el mundo ocupándose de sus propios asuntos!"**
"Nó được thực hiện bởi tất cả mọi người quan tâm đến công việc của riêng mình!"
**—¡Ah, bueno! Podrías tener razón"**
"À, tốt! Bạn có thể đúng"
**-Todo significa lo mismo -dijo la duquesa-**
"Tất cả đều có ý nghĩa giống nhau," Nữ công tước nói
**y hundió su afilada barbilla en el hombro de Alicia**
và cô ấy đào chiếc cằm nhỏ sắc nhọn của mình vào vai Alice
**"Y la moraleja de eso es esta"**
"Và đạo đức của điều đó là điều này"
**"Cuida el sentido"**
"Hãy chăm sóc giác quan"
**"Y entonces los sonidos se encargarán de sí mismos"**
"Và sau đó âm thanh sẽ tự chăm sóc"
**Pero entonces el brazo de la duquesa empezó a temblar**

nhưng sau đó cánh tay của nữ công tước bắt đầu run rẩy
**Alicia alzó la vista y allí estaba la reina**
Alice ngước lên và nữ hoàng đứng đó
**La reina tenía los brazos cruzados**
Nữ hoàng khoanh tay
**¡Y ella fruncía el ceño como una tormenta eléctrica!**
và cô ấy cau mày như một cơn giông bão!
**—Te advierto —gritó la reina—**
"Tôi cảnh báo anh một cách công bằng," nữ hoàng hét lên
**Y pisoteó el suelo mientras hablaba**
và cô ấy dẫm chân xuống đất khi cô ấy nói
**"O tu cabeza o la suya deben estar cortadas"**
"Hoặc là đầu của bạn hoặc đầu cô ấy phải bị lệch đi"
**"¡Toma tu decisión!"**
"Hãy lựa chọn của bạn!"
**"Y ser rápido al respecto"**
"Và hãy nhanh chóng về nó"
**La duquesa hizo su elección**
Nữ công tước đã đưa ra lựa chọn của mình
**Y al cabo de un instante la duquesa se fue**
và trong một khoảnh khắc, nữ công tước đã biến mất
**Entonces la reina le habló a Alicia**
Sau đó, nữ hoàng nói với Alice
**"Sigamos con el juego"**
"Hãy tiếp tục trò chơi"
**Alicia estaba demasiado asustada para decir una palabra**
Alice quá sợ hãi để nói một lời
**Y la siguió lentamente hasta el campo de croquet**
và cô chậm rãi đi theo cô trở lại bãi croquet
**Todo el tiempo la Reina se peleó con los otros jugadores**
Suốt thời gian Nữ hoàng cãi nhau với những người chơi khác
**"¡Córtale la cabeza!"**
"Chặt đầu anh ta!"
**"¡Córtale la cabeza!"**
"Chặt đầu cô ấy!"
**"¡Córtale la cabeza a todos!"**
"Chặt hết đầu họ!"

**Pronto todos los jugadores estaban bajo custodia**
Ngay sau đó, tất cả các cầu thủ đều bị giam giữ
**solo quedaron el rey, la reina y Alicia**
chỉ còn lại nhà vua, hoàng hậu và Alice
**Entonces la reina se marchó, casi sin aliento**
Sau đó, nữ hoàng rời đi, khá hụt hơi
**y se fue con Alicia**
và cô ấy bỏ đi với Alice
**Alicia oyó que el rey decía algo en voz baja**
Alice nghe nhà vua lặng lẽ nói điều gì đó
**"Estáis todos perdonados"**
"Tất cả các bạn đều được tha thứ"
**Pero de repente se oyó otro grito**
nhưng đột nhiên có một tiếng kêu khác được nghe thấy
**"¡El juicio está comenzando!"**
"Phiên tòa đang bắt đầu!"
**y Alicia corrió con los demás**
và Alice chạy cùng với những người khác

**¿Quién robó las tartas?**

Ai đã đánh cắp bánh tart?

**El rey y la reina de corazones estaban sentados**

Vua và hoàng hậu của trái tim đã ngồi

**estaban en su trono cuando llegó Alicia**

họ đang ở trên ngai vàng của họ khi Alice đến

**Había una gran multitud reunida a su alrededor**

Có một đám đông lớn tụ tập xung quanh họ

**Había todo tipo de pajaritos y bestias**

có đủ loại chim nhỏ và thú

**Y allí estaba toda la baraja de cartas**

và có cả gói thẻ

**La sota estaba de pie frente a ellos, encadenada**

Con dao đang đứng trước mặt họ, bị xiềng xích

**y había un soldado a cada lado para custodiarlo**

và có một người lính ở mỗi bên để bảo vệ anh ta

**cerca del Rey estaba el conejo blanco**

gần nhà vua là con thỏ trắng

**Tenía una trompeta en una mano**

Ông có một chiếc kèn trong một tay

**y tenía un rollo de pergamino en la otra mano**

và tay kia anh ta cầm một cuộn giấy da

**En el centro del patio había una mesa**

Ở ngay giữa sân là một chiếc bàn

**Sobre la mesa había un gran plato de tartas**

Trên bàn là một đĩa bánh tart lớn

**«Ojalá hicieran el juicio», pensó Alicia**

"Tôi ước gì họ sẽ hoàn thành phiên tòa," Alice nghĩ

**—¡Entonces podríamos comer algunos de esos refrescos!**

"Vậy thì chúng ta có thể ăn một ít đồ giải khát đó!"

**El juez, por cierto, era el rey**
Nhân tiện, thẩm phán là nhà vua
**y llevaba su corona sobre su gran peluca**
và ông đội vương miện của mình trên bộ tóc giả lớn của mình
**«Ésa es la tribuna del jurado», pensó Alicia**
"Đó là phòng bồi thẩm đoàn," Alice nghĩ
**"Y esas doce criaturas, supongo que son los miembros del jurado"**
"Và mười hai sinh vật đó, tôi cho rằng họ là bồi thẩm đoàn"
**algunos eran animales y otros eran pájaros**
một số là động vật, và một số là chim
**En ese momento el conejo blanco gritó**
Ngay sau đó con thỏ trắng kêu lên
**"¡Silencio en la corte!"**
"Im lặng trong tòa án!"
**"¡Heraldo, lee la acusación!", dijo el rey**
"Sứ giả, hãy đọc lời buộc tội!" nhà vua nói
**El Conejo Blanco tocó tres veces la trompeta**

Thỏ trắng thổi ba tiếng kèn
**Luego desenrolló el rollo de pergamino**
sau đó ông mở cuộn cuộn giấy da
**Y leyó lo siguiente:**
và ông đọc như sau:
**"La reina de corazones, hizo unas tartas"**
"Nữ hoàng của trái tim, cô ấy đã làm một số bánh tart,"
**"Todo esto lo hizo en un día de verano"**
"Tất cả những điều này cô ấy đã làm vào một ngày hè"
**"La sota de los corazones, robó esas tartas"**
"Con dao của trái tim, anh ấy đã đánh cắp những chiếc bánh
tart đó"
**—¡Y se llevó esas tartas muy lejos!**
"Và ông ấy đã mang những chiếc bánh tart đó đi xa!"
**—Llama al primer testigo —dijo el rey—**
"Gọi nhân chứng đầu tiên," nhà vua nói
**y el conejo blanco tocó tres veces la trompeta**
và thỏ trắng thổi ba tiếng kèn
**"¡Traigan al primer testigo!", gritó**
"Mang theo nhân chứng đầu tiên!" anh ta kêu lên
**El primer testigo fue el sombrerero**
Nhân chứng đầu tiên là thợ làm mũ
**Entró con una taza de té en una mano**
Anh ấy bước vào với một tách trà trong một tay
**Y tenía un pedazo de pan con mantequilla en la otra mano**
và ông cầm một miếng bánh mì và bơ trong tay kia
**—Tendrías que haber terminado —dijo el rey—**
"Lẽ ra anh phải xong," nhà vua nói
**—¿Cuándo empezaste?**
"Anh bắt đầu khi nào?"
**El sombrerero miró a la liebre de marcha**
Người thợ làm mũ nhìn con thỏ hành quân
**La Liebre de Marzo lo había seguido hasta el patio**
Thỏ March đã theo anh ta vào tòa án
**Había caminado del brazo del lirón**
anh ta đã tay trong tay đi với con chuột ngủ
**—El catorce de marzo, creo que fue —dijo—**

"Mười bốn tháng Ba, tôi nghĩ là như vậy," ông nói

—Da tu testimonio —dijo el rey—

"Hãy đưa ra bằng chứng của bạn," nhà vua nói

"Y no te pongas nervioso, o te haré ejecutar en el acto"

"Và đừng lo lắng, nếu không tôi sẽ xử tử anh ngay tại chỗ"

**Esto no pareció animar en absoluto al testigo**

Điều này dường như không khuyến khích nhân chứng chút
nào

**Seguía moviéndose de un pie al otro**

anh ta liên tục chuyển từ chân này sang chân kia

**Y miró inquieto a la reina**

và anh ta không thoải mái nhìn nữ hoàng

**Y, en su confusión, mordió un gran trozo de su taza de té**

và, trong bối rối, anh cắn một miếng lớn ra khỏi tách trà của
mình

**En realidad, tenía la intención de morder de su pan y
mantequilla**

thực sự anh ấy định cắn bánh mì và bơ của mình

**Justo en ese momento, Alicia sintió una sensación muy
curiosa**

Ngay lúc này, Alice cảm thấy một cảm giác rất tò mò

**Empezaba a crecer de nuevo**

cô ấy bắt đầu lớn hơn trở lại

**Al miserable sombrerero se le cayó la taza de té**

Người thợ làm mũ khốn khổ làm rơi tách trà của mình

**y el pan y la mantequilla cayeron al suelo**

bánh và bơ rơi xuống đất

**Y cayó sobre una rodilla**

và ông quỳ xuống một bên

—Soy un pobre hombre, majestad —comenzó—

"Tôi là một người nghèo, bệ hạ," anh bắt đầu

—Eres un orador muy malo —dijo el rey—

"Ông là một người nói rất kém," nhà vua nói

—Puedes irte —dijo el rey—

"Ngươi có thể đi," nhà vua nói

**Y el sombrerero abandonó apresuradamente el patio**

và người thợ mũ vội vã rời khỏi tòa án

—¡Llama al próximo testigo! —dijo el rey—

"Gọi nhân chứng tiếp theo!" nhà vua nói

**El siguiente testigo fue el cocinero de la duquesa**

Nhân chứng tiếp theo là đầu bếp của nữ công tước

**Llevaba la caja de pimienta en la mano**

Cô ấy cầm hộp tiêu trên tay

**Y la gente que estaba cerca de la puerta empezó a estornudar de repente**

và những người gần cửa bắt đầu hắt hơi ngay lập tức

—Da tu testimonio —dijo el rey—

"Hãy đưa ra bằng chứng của bạn," nhà vua nói

-No daré ninguna prueba -dijo el cocinero-

"Tôi sẽ không đưa ra bằng chứng," người đầu bếp nói

**El rey miró ansiosamente al conejo blanco**

Nhà vua lo lắng nhìn con thỏ trắng

**Y el conejo blanco habló en voz baja**

và con thỏ trắng nói bằng một giọng trầm lặng

**"Su Majestad debe interrogar a este testigo"**

"Bệ hạ phải thẩm vấn chéo nhân chứng này"

**"Bueno, si debo, debo", dijo el rey**

"Ồ, nếu tôi phải, tôi phải," nhà vua nói

**"¿De qué están hechas las tartas?"**

"Bánh tart được làm bằng gì?"

—Las tartas están hechas de pimienta, en su mayoría —dijo el cocinero—

"Bánh tart được làm từ hạt tiêu, chủ yếu," đầu bếp nói

**Durante algunos minutos, toda la corte estuvo en confusión**

Trong vài phút, cả tòa án bối rối

**Con el tiempo, todos se calmaron de nuevo**

Cuối cùng tất cả họ đã ổn định trở lại

**Pero para entonces el cocinero había desaparecido**

nhưng lúc đó đầu bếp đã biến mất

**"¡No importa!", dijo el rey**

"Đừng bận tâm!" nhà vua nói

**"Llamar al estrado al próximo testigo"**

"Kêu gọi nhân chứng tiếp theo"

**Alicia observó al conejo blanco mientras él repasaba a**

**tientas la lista**

Alice quan sát con thỏ trắng khi anh mò mẫm trong danh sách

**Puedes imaginar su sorpresa por lo que escuchó a continuación**

Bạn có thể tưởng tượng sự ngạc nhiên của cô ấy về những gì cô ấy nghe tiếp theo

**con su vocecita estridente, llamó el nombre de «¡Alicia!»**

ở đỉnh cao của giọng nói nhỏ chói tai của mình, anh gọi cái tên là "Alice!"

**La evidencia de Alicia**
Bằng chứng của Alice

-¡Aquí! -exclamó Alicia-
"Đây!" Alice kêu lên
**Se levantó de un salto a toda prisa**
Cô ấy nhảy lên rất vội vàng
**Y volcó el estrado del jurado**
và cô lật qua phòng bồi thẩm đoàn
**y derribó a todos los miembros del jurado**
và cô ấy đã đánh gục tất cả các bồi thẩm đoàn
**y cayeron sobre las cabezas de la muchedumbre de abajo**
và họ ngã xuống đầu đám đông bên dưới
**Alicia estaba muy consternada**
Alice vô cùng thất vọng
**"¡Oh, le ruego que me perdone!", exclamó**
"Ồ, tôi xin lỗi anh!" cô thốt lên
**—El juicio no puede continuar —dijo el rey—**
"Phiên tòa không thể tiếp tục," nhà vua nói
**"Los miembros del jurado deben volver a ocupar su lugar"**
"Các bồi thẩm đoàn phải trở lại vị trí thích hợp của họ"
**Repitió la orden con gran énfasis**
Ông lặp lại mệnh lệnh với sự nhấn mạnh
**y miró a Alicia con severidad**
và anh ta nhìn Alice nghiêm khắc
**—¿Qué sabe usted de estos acontecimientos? —preguntó el rey a Alicia**
"Ngươi biết gì về những sự kiện này?" nhà vua hỏi Alice
**—No sé nada sobre el tema —dijo Alicia—**
"Tôi không biết gì về vấn đề này," Alice nói
**Entonces el rey leyó de su libro**
Nhà vua sau đó đọc từ cuốn sách của mình
**"Regla cuarenta y dos"**
"Quy tắc bốn mươi hai"
**"Todas las personas que tengan más de una milla de altura deben abandonar el tribunal"**
"Tất cả những người cao hơn một dặm phải rời khỏi tòa án"
**—No mido ni una milla de altura —dijo Alicia—**

"Tôi không cao một dặm," Alice nói
—Casi dos millas de altura —dijo la Reina—
"Cao gần hai dặm," Nữ hoàng nói

—Bueno, me niego a ir —dijo Alicia—
"Ừm, tôi từ chối đi," Alice nói
El rey palideció
Nhà vua trở nên tái nhợt
Y cerró apresuradamente su cuaderno de notas
và anh ta vội vã đóng cuốn sổ ghi chép của mình lại
"Consideren su veredicto", le dijo al jurado
"Hãy xem xét phán quyết của bạn," ông nói với bồi thẩm đoàn
Habló en voz baja y temblorosa
anh ta nói bằng một giọng trầm, run rẩy
Entonces habló el conejo blanco
Sau đó, thỏ trắng nói
"Todavía hay más pruebas por venir"
"Vẫn còn nhiều bằng chứng nữa"
Y se levantó de un salto a toda prisa
và anh ta nhảy lên rất vội vã
"Este papel acaba de ser recogido"

"Bài báo này vừa được nhặt"
**"Parece ser una carta escrita por el prisionero"**
"Có vẻ như là một bức thư do tù nhân viết"
**Desdobló el papel mientras hablaba**
Anh mở tờ giấy ra khi nói
**"Al fin y al cabo, no es una carta"**
"Dù sao thì đó cũng không phải là một bức thư"
**"Lo que era era un conjunto de versos"**
"Đó là một tập hợp các câu thơ"
**—Por favor, majestad —dijo el bribón—**
"Làm ơn, bệ hạ," con dao nói
**"Yo no escribí esos versos"**
"Tôi không viết những câu đó"
**"y no pueden probar que yo escribí nada"**
"và họ không thể chứng minh rằng tôi đã viết bất cứ điều gì"
**"No hay ningún nombre firmado al final"**
"Không có tên nào được ký ở cuối"
**El rey le habló a la sota**
Nhà vua nói với con dao
**"Debes haber tenido la intención de causar algún daño"**
"Chắc anh đã cố ý gây ra một số trò nghịch ngợm"
**"De lo contrario, habrías firmado con tu nombre como un
hombre honrado"**
"Nếu không bạn sẽ ký tên mình như một người đàn ông trung
thực"
**Hubo un aplauso general**
Có một tiếng vỗ tay chung
**Y el rey se volvió hacia el conejo blanco**
Vua quay sang con thỏ trắng
**—Lee los versos —ordenó—**
"Đọc các câu thơ," anh ra lệnh
**Hubo un silencio sepulcral en la corte**
Có sự im lặng chết chóc trong tòa án
**Y el conejo blanco leyó los versos**
Thỏ trắng đọc các câu
**Me dijeron que habías estado con ella**
Họ nói với tôi rằng bạn đã đến gặp cô ấy

Y me mencionaron a él
Và họ đề cập đến tôi với anh ấy
**Ella me dio un buen carácter**
Cô ấy đã cho tôi một tính cách tốt
**Pero ella dijo que yo no sabía nadar**
Nhưng cô ấy nói tôi không biết bơi
**Les mandó decir que yo no había ido**
Anh ấy gửi cho họ thông báo rằng tôi đã không đi
**Sabemos que es verdad**
Chúng tôi biết điều đó là sự thật
**Si ella insistiera en el asunto, ¿qué sería de ti?**
Nếu cô ấy tiếp tục vấn đề, bạn sẽ ra sao?
**Yo le di uno, ellos le dieron dos**
Tôi cho cô ấy một, họ cho anh ấy hai
**Nos diste tres o más**
Bạn đã cho chúng tôi ba hoặc nhiều hơn
**Todos volvieron de él a ti**
Tất cả họ đều trở về từ Ngài cho bạn
**aunque antes eran míos**
mặc dù chúng là của tôi trước đây
**Si yo o ella tuviéramos la oportunidad de serlo**
Nếu tôi hoặc cô ấy có cơ hội
**Si yo o ella estuviéramos involucrados en este asunto**
Nếu tôi hoặc cô ấy có liên quan đến vụ việc này
**Él confía en ti para liberarlos**
Ngài tin tưởng vào bạn để giải thoát họ
**Exactamente como estábamos**
Đúng như chúng tôi đã từng
**Mi idea era que tú habías sido**
Quan niệm của tôi là bạn đã
**Antes de que ella tuviera este ataque**
Trước khi cô ấy có sự phù hợp này
**Un obstáculo que se interpuso entre**
Một trở ngại xảy ra giữa
**A Él, y a nosotros mismos, y a**
Ngài, và chính chúng ta, và nó
**No le dejes saber que a ella le gustaban más**

Đừng để anh ấy biết cô ấy thích chúng nhất

**Porque esto debe ser para siempre un secreto, guardado de todos los demás**

Vì điều này phải mãi mãi là một bí mật, được giữ kín với tất cả những người còn lại

**Este secreto debe seguir siendo un secreto entre tú y yo**

Bí mật này phải là một bí mật giữa bạn và tôi

**El rey quedó muy impresionado**

Nhà vua rất ấn tượng

**"Esa es la prueba más importante que hemos escuchado hasta ahora"**

"Đó là bằng chứng quan trọng nhất mà chúng tôi đã nghe"

**—No creo que esos versos tengan un átomo de significado —objetó Alicia—**

"Tôi không tin những câu thơ đó mang một nguyên tử ý nghĩa," Alice phản đối

**el rey tenía su propia opinión al respecto**

Nhà vua có ý kiến riêng về vấn đề này

**"Si no hay significado en esas palabras, eso salva un mundo de problemas"**

"Nếu không có ý nghĩa trong những lời đó, điều đó sẽ cứu một thế giới rắc rối"

**"Entonces no necesitamos tratar de encontrar el significado"**

"Vậy thì chúng ta không cần phải cố gắng tìm ra ý nghĩa"

**"Que el jurado considere su veredicto"**

"Hãy để bồi thẩm đoàn xem xét phán quyết của họ"

**-¡No, no! -dijo la reina-**

"Không, không!" nữ hoàng nói

**"Primero la sentencia y después el veredicto"**

"Tuyên án trước - phán quyết sau"

**-¡Tonterías y tonterías! -exclamó Alicia en voz alta-**

"Đồ vớ vẩn!" Alice nói lớn

**"¡Qué tontería es sentenciar al acusado primero!"**

"Thật ngớ ngẩn khi kết án bị cáo trước!"

—¡Cállate la lengua! —dijo la reina, poniéndose morada—

"Giữ lưỡi!" nữ hoàng nói, chuyển sang màu tím

-¡No me callaré! -exclamó Alicia-

"Tôi sẽ không giữ lưỡi!" Alice nói

—gritó la Reina a voz en cuello—

Nữ hoàng hét lên cao giọng

"¡Córtale la cabeza!"

"Chặt đầu cô ấy!"

Nadie hizo un movimiento

Không ai thực hiện một phong trào

-¿A quién le importa lo que digas? -dijo Alicia-

"Ai quan tâm những gì anh nói?" Alice nói

Para entonces ya había crecido hasta alcanzar su tamaño completo

Cô ấy đã lớn lên đến kích thước đầy đủ của mình vào thời điểm này

"¡No eres más que un mazo de cartas!"

"Anh không là gì ngoài một gói thẻ!"

Al oír esto, todas las cartas se alzaron en el aire

Lúc này, tất cả các lá bài bay lên không trung

**Y todas las cartas cayeron volando sobre ella**

và tất cả các lá bài bay xuống cô ấy

**Ella dio un pequeño grito**

Cô ấy hét lên một chút

**Estaba medio asustada, pero tambіén enojada**

cô ấy nửa sợ hãi, nhưng cũng tức giận

**Y trató de quitarse las cartas de encima**

và cô ấy đã cố gắng chống lại những lá bài của chính mình

**Y entonces se encontró tendida en el banco de hierba**

và sau đó cô thấy mình nằm trên bãi cỏ

**Su cabeza estaba en el regazo de su hermana**

đầu cô ấy nằm trong lòng em gái cô ấy

**Algunas hojas muertas habían caído en su cara**

một số lá chết đã rơi xuống mặt cô

**Y su hermana estaba cepillando suavemente las hojas**

và em gái cô đang nhẹ nhàng phủi lá đi

**-¡Despierta, querida Alicia! -dijo su hermana-**

"Thức dậy, Alice thân yêu!" em gái cô nói

**—¡Qué sueño tan largo has tenido!**

"Cô đã ngủ lâu làm sao!"

**-¡Oh, he tenido un sueño tan curioso! -exclamó Alicia-**

"Ồ, tôi đã có một giấc mơ kỳ lạ như vậy!" Alice nói

**Y le contó a su hermana todo lo que podía recordar**

Và cô ấy nói với em gái mình tất cả những gì cô ấy có thể nhớ

**todas las extrañas aventuras sobre las que acabas de leer**

Tất cả những cuộc phiêu lưu kỳ lạ mà bạn vừa đọc

**Alicia se levantó y salió corriendo**

Alice đứng dậy và bỏ chạy

**Y pensó, mientras corría, en su sueño**

và cô nghĩ, trong khi chạy, về giấc mơ của mình

**—¡Qué sueño tan maravilloso había sido!**

"Thật là một giấc mơ tuyệt vời!"